சலூன்

நாவல்

க. வீரபாண்டியன்

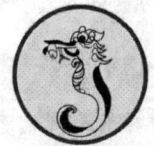

யாவரும் பப்ளிஷர்ஸ்

The views and opinions expressed in this book are the author's own. The facts contained herein were reported to be true as on the date of publication by the author to the publishers of the book, and the publishers are not in any way liable for their accuracy or veracity.

- சலூன் ● நாவல் ● க. வீரபாண்டியன் © ● இரண்டாம் பதிப்பு : அக்டோபர் 2019
- Saloon ● Novel ● G.Veerapandian © ● Second Edition : October 2019

Pages : 152 ● Price : ₹ 175/-

Cover art designed by : C. Kabilan

Author Portrait Sketch : T. Pachaimuthu

Designed by : Gopu Rasuvel

ISBN : 9789388133425

Released by :

Yaavarum Publishers,
214, Bhuvaneshwari Nagar IIIrd Main Road
Velachery, Chennai-600 042
90424 61472 / 98416 43380
editor@yaavarum.com
Url : www.yaavarum.com; www.be4books.com

All rights, including professional, amateur, motion pictures, recitation, public reading, broadcasting and the rights of translation into foreign languages are strictly reserved. No part of this book may be reproduced in whole or in part or utilized in any form or by any means electronic or mechanical, including photocopying, recording or by any information storage and retrieval system now known or hereafter invented, without the prior written permission of the author/publisher.

வாசிப்பதற்கும் எழுதுவதற்குமான தீவிரத்தை
என்னுள் எப்போதும் தங்குமாறு செய்த என் அப்பா
S.R. கணேசன்
அவர்களின் நினைவுகளுக்கு...

க. வீரபாண்டியன் (IAS)

நிஜ வாழ்க்கையிலும் ஒரு கதாநாயகன், விளிம்பிலிருந்து உயரத்திற்கு வந்த சாதனை நாயகன். சொந்த ஊர் மதுரை. தற்போது ஆந்திராவிலுள்ள கர்னூல் மாவட்டத்தின் ஆட்சியர் & மாவட்ட மாஜிஸ்ட்ரேட் ஆகப் பணிபுரிந்து வருகிறார்.

தனது சமூகப் பணிகளோடு கலை மற்றும் இலக்கியம் என இவரது செயல்பாடு நீள்கிறது.

இவரது முதல் சிறுகதைத் தொகுப்பு "பூர்ணிமை" டிஸ்கவரி வெளியீடாக வந்துள்ளது. சலூன் இவரது முதல் நாவல்.

மூலையில் குவிந்தவை...

*மூ*லையில் குவிந்தவை...
கல்லைச் சேர்த்துக் கட்டி எறியப்பட்ட பிணம்
உப்பிக்கொண்டு விகாரமாக மேலே மிதக்கும்.
கார்பன் தாளில் கிறுக்கியவை எழுத்தாகத் தெரியாது
அடியில் பார்த்தால் சில வரிகள் வாசிக்கக் கிடைக்கும்.
பருத்தி வெடித்ததும் எழுந்த ஒலியின் அதிர்வை
அளந்த கணத்தை நோக்கிப் பயணிக்கிறேன்.
வெட்டப்பட்டுக் கழிந்து விழுந்த மயிர்களின் எரிச்சல்
சவரம் செய்த கத்தியைக் காட்டிலும் கூர்மையானது.
கழிவுகளைப் பத்திரப்படுத்தும் மனம்
குப்பைக் கிடங்காகி நாற்றமெடுக்கிறது.
உதிர்ந்த மலர்களைத் தாங்கும் நிலம்
சருகுகளின் சுமையால் பாரமாகிறது.
எரிமலையிலிருந்து வழியும் நெருப்புக் குழம்பிலிருந்து
மொண்டு ஊற்றியும் சருகுகளை எரிக்க முடியவில்லை
காற்றின் கால்பிடித்துக் கெஞ்சி தெண்டனிட்டுக் கேட்ட பிறகு
மெல்லச் சுழன்று வீசியதில் பறந்து
ஒரு மூலையில் குவிந்துவிட்டது.

இந்த நாவலுக்காக முன்னுரை எழுத ஆரம்பிக்கும்போது எதை எழுத வேண்டுமென்று முன்னமே தீர்மானித்துக் கொண்டு எழுதவில்லை. உரைநடையை எழுதப் புகுந்தவனுக்கு கவிதையின் வடிவம் ஒரு நாவலுக்கு முன்னுரையாக அமைந்துவிட்டது. முன்னுரையை இப்படியே விட்டுவிடலாமென யோசித்தேன். வாசகர்களைக் கவர்வதற்காக ஏதையேனும் வித்தியாசமாகச் செய்ய வேண்டுமென இதை வலிந்து

செய்ததாக யாரேனும் நினைத்தால் என்ன செய்வது? அவ்வாறு நினைத்தால் அவர்களின் எண்ணம் குறித்து நான் சொல்ல ஏதுமில்லை. இது இயல்பாகவும் உண்மையாகவும் இப்படித்தான் நடந்து முடிந்தது.

யோசனை அத்தோடு நிற்கவில்லை. என் மனம் எந்தத் திசை நோக்கி என்னைச் செலுத்துகிறதோ அதன் போக்கில் ஓடுகிறவன் நான். என் மனதை உந்தித் தள்ளாத எதையும் நான் எழுத முயல்வதில்லை. அவ்வாறு எழுத முயற்சித்த நூற்றுக்கணக்கான வரிகள் என் கணிப்பொறியின் மறுசுழற்சிக் கூடையில் ஏராளமாகக் கிடந்தன. அவற்றை அதிலிருந்தும் அப்புறப்படுத்தி வருகிறேன். பெரும்பாலான எழுத்தாளர்களுக்கும் இதேநிலைதான் என்று நம்புகிறேன்.

என் திறமையைக் காட்டுவதற்காகச் சொத்தையான ஒன்றுக்கு முலாம் பூசி விற்கும் காரியத்தைச் செய்யத் துணிந்ததில்லை. நான் எழுதியவை சொற்பமே எனினும், என் இயல்புக்குக் கைகூடி வருகிற எழுத்தை மட்டுமே என்னால் இதுவரை எழுத முடிந்திருக்கிறது. அவ்வாறு என் அடிமனதில் நீண்ட காலமாகத் தேங்கிக் கிடந்த எதனாலோ கிளறப்பட்டு மேலெழுந்த காலத்தின் அழுக்குப் படிந்த நினைவுகள் என்னை அரித்த அரிப்புக்கு சொரிந்து சுகம் காணும் விளைவாகவே இந்த ‘சலூன்’ நாவல் எழுதப்பட்டது.

அனந்தப்புரம் மாவட்டத்திற்கு வந்த பிறகு முடிவெட்டுவதற்காக புதுமுகமான சிவாவிடம் தலையைக் கொடுத்தேன். சிவாவின் கைவண்ணம் எனக்குத் திருப்தியாக இல்லை. சிவாவிடமிருந்து முரளியிடம் சென்றேன். முரளியுடைய தொழில் திறமையும் என்னளவில் நிறைவாக இல்லை. முரளிக்கு சிவா பரவாயில்லை என்று தோன்றியது. மறுபடியும் சிவாவின் கைகளுக்குள் தஞ்சம் புகுந்தேன். அப்படியும் பூர்த்தியடையாத என்னுடைய எதிர்பார்ப்புகளின் அதிருப்தியில் இதற்கு முன்பு முடிவெட்ட தலையைக் கொடுத்து மகிழ்ச்சியோடும் நிறைவோடும் வீட்டுக்குத் திருப்பி அனுப்பிய மனிதர்கள் நினைவில் வந்து போனார்கள்.

அப்போதுதான் எனக்கு உறைத்தது. அவர்கள் வெறுமனே ஒரு நாவிதராக என் வாழக்கையில் வந்து போனவர்கள் இல்லை. அதையும் தாண்டி அவர்களுக்கும் எனக்குமான உறவுப் பிணைப்பு இருந்திருக்கிறது என்பதை உணர்ந்தேன். என் காலடித்தடங்களின் மீது அவர்களின் சுவடுகளும் ஆழப் பதிந்திருப்பதைக் கண்டுகொண்டேன். இவை சுவாராஸ்யமான நிகழ்வுகள் என்பதையும் மீறி இதில் இந்தச் சமூகத்திற்குச் சொல்வதற்கென்று ஏதோ இருக்கிறது. இதை ஏன் எழுதக்கூடாது என்று நினைத்த தருணத்தில் எழுத ஆரம்பித்தேன்.

ஓரிருவர் குறித்து நினைவூட்டிக்கொண்டு எழுதத் துவங்கியதும் நினைவுகளின் சேகரங்களில் இருந்து ஒவ்வொருவராக கதைகளுக்குள் நுழைந்துகொண்டு அவரவர் கதையைப் பேச ஆரம்பித்தார்கள். அவ்வாறு அவர்களுக்குள் பேசியதைக் கதையாக்கிக் கொடுத்திருக்கிறேன்.

அவர்களை நான் நினைவுகளிலேயே மீட்டெடுத்த காரணத்தினால் நினைவுகளின் ஊடாக உலவுவது மாதிரியே இந்தக் கதையும் அதே வடிவத்தில் தன்னைப் புனைந்துகொண்டது.

என்னுடைய முதல் வாசகன் மச்சான் கவின் ஆண்டனி சொன்னது போல 'இதைப் படிக்கும் போது உங்களுக்கும் ஒரு முத்தையா தாத்தாவோ, குட்டியோ, செல்வா அண்ணனோ, புகை போன்ற தண்ணீர் லிட்மஸ் தாளில் மை பரவுவது மாதிரி தலைமுடியை நனைத்துப் பரவுவதோ, மீசை திருத்தலோ நிச்சயம் நினைவுக்கு வரலாம்.' அந்த நினைவுகள் வாசிக்கும் ஒவ்வொருவருக்கும் பழைய காதலின் அல்லது காதலியின் நினைவுகளைப் போல மனதைப் பரவசமூட்டலாம். இந்தச் சமூகம் இந்த மாதிரியான இழிநிலைகளை, சுரண்டலை இன்னும் எத்தனை நாட்களுக்கு இப்படியே அனுமதிக்கப் போகிறது என்று கோபத்தை உண்டாக்கலாம். பரவசமூட்டலோ கோபமோ எதுவானாலும் வாசித்துவிட்டுச் சொன்னால் (எழுதினால்) மகிழ்வேன்.

நண்பர்கள் கவின் ஆண்டனிக்கும், சேரலாதனுக்கும், தாமசுக்கும், முதல் பிரதியை வாசித்து முடித்ததும் "முத்தையா தாத்தாவை ஏன்ப்பா இப்படிக் கொன்னு போட்ட?" என்று கண்ணீர்விட்ட (பொள்ளாச்சி) ஜேபிக்கும், "இந்த நாவலை நான் இன்னும் படிக்கவில்லை. நண்பர் கண்ணதாசன் வாசித்துவிட்டு இந்த நாவல் நல்லா இருக்கு. நாமே இதை வெளியிடலாம். கேட்டுப் பாரு" என்று நண்பர் சொன்னக் கருத்தையொட்டி இதை வெளியிடுவதற்கு முன்வந்த ஜீவ.கரிகாலன், கண்ணதாசன் மற்றும் யாவரும் பதிப்பக நண்பர்களுக்கும் நன்றி. நாவலை வாசித்து மிகச்சிறப்பான முறையில் திருத்திக் கொடுத்த உயிர் எழுத்து இதழின் ஆசிரியர் சுதீர் செந்தில், நண்பர்கள் கிருஷ்ண பிரபு மற்றும் இளையராஜா ஆகியோருக்கு நன்றி. அட்டைப் பக்கத்தை வடிவமைத்துக் கொடுத்த கபிலன், கோபு ராசுவேல், என்னை ஓவியமாக்கிக் கொடுத்த ஓவியர் பச்சைமுத்து மற்றும் வடிவமைப்புக்கு உதவிய நண்பர்கள் இமயபாலன் மற்றும் பாஸ்கர் சாமி ஆகியோருக்கு நன்றி.

எனது அறையின் கதவைத் தாழிட்டு அடைத்துக்கொண்டு வாசிப்பதற்கும் எழுதுவதற்கும் அனுமதிக்கிற என் அம்மா பெருமாளக்காள், இணையர் ஆண்டாள், குழந்தைகள் சங்கமித்ரா, புத்தமித்ரன் ஆகியோரின் அன்புக்கு என் முத்தங்கள். எழுத்தின் ஊடாகத் தொடர்ந்து உரையடுவோம். இந்த நாவல் வெளிவரக் காரணமான அனைவருக்கும் நன்றி.

— க. வீரபாண்டியன்

14.10.2019,

அனந்தப்புரம்

veerapandiang@gmail.com

சலூன்

1

டுபாண்ட் சர்க்கிளை எவ்வளவு நேரம்தான் சுற்றி வருவது. சலித்துப்போய்விட்டது. சர்க்கிளைச் சுற்றியிருக்கும் எந்தச் சாலையிலும் புகுந்து எந்தத் தெருவுக்குள் நுழைந்தாலும் இறுதியில் சர்க்கிளின் மையத்திலுள்ள பூங்காவைத்தான் சேர வேண்டியிருக்கிறது. கொஞ்சதூரம் நடந்தால் அமெரிக்கப் பாராளுமன்ற கேபிடல் கட்டடத்தின் கோபுரமும் நேஷனல் மாலில் நிமிர்ந்து நிற்கும் ஜார்ஜ் வாஷிங்டன் நினைவுத் தூணும்தான் கண்களில் படுகின்றன. அந்தப் பக்கம் முழுக்க அரசாங்கக் கட்டடங்களும் அருங்காட்சியகங்களும் நினைவுச் சதுக்கங்களும் பூங்காக்களும்தான். எந்தச் சாலையில் புகுந்து நடந்தாலும் மேற்கு நோக்கியே சென்றது. ஒவ்வொரு முறையும் டுபாண்ட் சர்க்கிள் பூங்காவிற்குள் நடந்து இன்னொரு சாலைக்குச் செல்லும் வழியில் கல்லில் செதுக்கப்பட்ட சதுரங்கப் பலகைகள் என் கவனத்தை இழுத்துக் கொண்டேயிருந்தன. 'ஓய்வான நேரத்தில் கேதரினுடன் கொஞ்சநேரம் இங்கு செஸ் விளையாடலாம்' என்று நினைத்துக் கொண்டேன். கேதரின் தென்அமெரிக்கப் பெண். தோல் செதில்செதிலாகப் பிய்ந்து உதிர்ந்து கொண்டேயிருக்கும் மேனி. ஆரஞ்சுநிற மேனியில் தகதகக்கும் செம்புநிற மயிர்கள் காற்றில் அலைந்து ஊசி முகத்தை மறைக்கும். அதை இடதுகையால் அடிக்கடி ஒதுக்கிவிடும் மேனரிசம். ஆறடி உயரம். எப்போதும் அணியும் பெண்களுக்கான சட்டையும் குட்டைப் பாவாடையும்தான் அடையாளம். அவளுக்கென பிரத்தியேகமாகத் தைக்கப்பட்டு ஃபிட்டாக இருக்கும். எல்லாச் சட்டைகளிலும் மேல்பொத்தான் போடாமல் நெஞ்சின் பிளவுநுனி தெரியும்படி உடுத்தியிருப்பாள். குட்டைப் பாவாடையின் கீழே நடுவில் வெட்டப்பட்டு பாவாடை இரண்டாகப் பிளந்து பிரிந்திருக்கும். சுருக்கெனக் குத்தும் குளிர்க்காற்றிலும் நடுக்கமின்றிச் சாதாரணமாக உலாத்துவாள். ஆர்வம் தாங்காமல் அதற்கான காரணத்தைக் கேட்டேன்.

"ஃபேஷன் டிசைன் செய்யும் தோழி ஒருத்தி எனக்கான காஸ்ட்யூம் இப்படித்தான் இருக்க வேண்டுமென்று சொன்னதிலிருந்து இந்தப் பழக்கம்." என்றாள் கேதரின்.

"ஓஹோ!" என்று சொல்லி மெல்லத் தலையாட்டினேன்.

"வேண்டுமென்றால் உனக்கும் பரிந்துரைக்கட்டுமா?" என்று கேட்டவுடன் சட்டென முகம் மாறி 'என்ன?' என்பதைப் போல பார்த்தேன். முகமாற்றத்தைக் கவனித்து, "என்னை நம்பு. மிக நன்றாகச் செய்வாள். ஆனால் அதற்கென ஒருநாளை ஒதுக்கி ஸ்டுடியோவுக்குச் செல்ல வேண்டும். உனக்குத் தோதான அழகான உடையின் வடிவங்களை இறுதி செய்வதற்குப் பல வழிமுறைகளைக் கையாள்வாள். நம்மைப் போல பன்னாட்டுக் கார்ப்பரேட் கம்பெனிகளில் வேலை செய்யும் நிறைய கார்ப்பரேட் மேலாளர்கள் அவளுக்கு வாடிக்கையாளர்கள். செல்கிறாயா?" என்று ஆங்கிலத்தில் கேட்டதும், "பார்க்கலாம்" என்று சொல்லி வைத்தேன். அவ்வளவு சொல்லும்போது ஒரேயடியாக 'வேண்டாம்' என்று சொல்ல மனம் வரவில்லை.

"ஏன் திடீரென இந்தக் கேள்வியைக் கேட்டாய்? நான் உடுத்தும் உடை நன்றாக இல்லையா?"

"அப்படியெல்லாம் இல்லை. மிக நன்றாக இருக்கிறது. அதனால்தான் கேட்டேன்." என்று சொல்லியதோடு நில்லாமல் 'சூப்பர்' என்பதைப் போல விரல்களை மடக்கிக் காட்டினேன்.

எங்கள் பன்னாட்டு நிறுவனத்தின் திட்ட வரைவுக் குழுவில் கேதரின்தான் முப்பது நாடுகளுக்குத் திட்டம் வரைந்து கொடுத்த அனுபவம் உள்ளவள். 'தான் பெரிய அனுபவசாலி, தான் சொல்லுவதைத்தான் மற்ற எல்லோரும் கேட்க வேண்டும்' என்று ஆதிக்கம் செய்யும் இயல்பு கொண்டவள் அல்ல. அனுபவங்களைச் சரியான நேரத்தில் எல்லோருடனும் பகிர்ந்து கொள்வதோடு நில்லாமல் நாங்கள் பரிந்துரைக்கும் ஒவ்வொரு முடிவும் என்ன மாதிரியான விளைவுகளை ஏற்படுத்தும் என்பதை எடுத்துச் சொல்லி எங்களை எச்சரிப்பதும் சரியான முடிவுகளை நோக்கி எங்களை வழி நடத்துவதும் எனச் சிறந்த தலைவியாகச் செயல்படுவாள். வயதை மீறிய அனுபவ முதிர்ச்சி. வயது முப்பத்து நான்கு. என்னைவிட நான்கு வயது மூத்தவள். தலைமைப் பண்பு குறித்து விலாவாரியாகச் சொல்லும் பெஸ்ட்செல்லர் புத்தகங்களில் சொல்லப்பட்ட சிறந்த தலைவருக்கான அனைத்துப் பண்புகளும்

அவளிடத்தில் பரிபூரணமாக அமைந்திருந்தன. பொதுவாகக் கடைக்குச் செல்ல, இரவு உணவுக்கு, முக்கிய சுற்றுலா இடங்களைச் சுற்றிப் பார்ப்பதற்கு நான் எங்கு வெளியில் சென்றாலும் கடந்த இரண்டாண்டுகளாக அவளைத்தான் உடன் அழைத்துச் செல்வது வழக்கம். ஆனால், 'முடி வெட்டடத்தானே' எனக் கருதி இன்று அழைப்பதைத் தவிர்த்துவிட்டேன். வியன்னா, ஜெனீவா, டோக்கியோ, பெய்ஜிங் என எந்த நகரத்திற்குப் போனாலும் கேதரின் பக்கத்தில் இருப்பது பெரும் பலம். ஒவ்வொரு நகரம் குறித்தும் யாருக்கும் தெரியாத சில சிறப்பான விசயங்கள் தெரிந்திருந்ததைக் கண்டு ஆச்சரியத்தில் ஆழ்ந்துவிடுவேன்.

டெல்லியிலிருந்து கிளம்பும்போதே வாஷிங்டன் நகரம் அவ்வளவாகப் பரிச்சயம் இல்லையென்று சொல்லியிருந்தாள். வாஷிங்டன் கான்ஃபரன்ஸ் முடிந்ததும் அங்கிருந்து நியூயார்க் போகலாம் என்று சொன்னதை எங்கள் குழுவிலிருந்த எல்லோரும் ஒப்புக் கொண்டோம். டெல்லியிலிருந்து கிளம்புவதற்கு ஒரு வாரம் இருக்கும்போதே அடர்ந்து வளர்ந்திருந்த முடியை வெட்ட வேண்டுமென்று நினைத்துக் கொண்டிருந்தேன். இன்று மாலை போகலாம், இன்று இரவு போகலாம், நாளை காலை போகலாம் என்று கடத்திக் கடத்தி ஒரு வாரம் கடந்துவிட்டது.

முடிவெட்ட வேண்டுமென்றால் முன்பே இணையதளத்தில் முன்பதிவு செய்ய வேண்டும். வழக்கமாக முன்பதிவு செய்த ஒருநாள் கழித்துத்தான் நேரம் ஒதுக்குவார்கள். முதன்முதலில் முன்பதிவு செய்யும் முறையைக் கேள்விப்பட்ட போது அதிர்ச்சியாக இருந்தது. முதன்முதலில் ரயிலில் பயணம் செய்யத்தான் முன்பதிவு செய்ய வேண்டியிருந்தது. இப்போது ஆஸ்பத்திரியில் மருத்துவரைச் சந்திப்பதற்கு, ரெஸ்டாரண்டில் சாப்பிடுவதற்கு என அனைத்துக்கும் முன்பதிவு முறை பயன்பாட்டுக்கு வந்துவிட்டது. முன்பதிவு செய்த நேரத்திற்குப் போகவில்லையென்றால் கட்டிய பணம் திருப்பித் தரப்பட மாட்டாதென்ற நிபந்தனை பயமுறுத்தும். முன்ஜாக்கிரதை உணர்வில் ஓய்வுநேரத்தை உறுதிசெய்து கொண்டு முன்பதிவு செய்யலாம் என நினைத்துக் கொண்டே முன்பதிவு செய்யத் தாமதமானது. அலுவல்களில் மூழ்கிக் கிடந்ததால் நேரத்தை ஒதுக்கி முடிவெட்ட முடியாமல் போனது. 'டெல்லி விமானநிலையத்திற்குள் இருக்கும் சலூனில் வெட்டிக்கொள்ளலாம்' என்று நண்பன் ஒருவன் சொன்னான்.

“ஏர்போட்டுக்குள்ள இருக்குற சலூன்ல முடி வெட்டுற வசதி இருக்கா?” என்று கேட்ட போது அவனுக்கே சந்தேகம் வந்துவிட்டது.

“உறுதியாய்ச் சொல்ல முடியாது” என்றான்.

‘இருந்தால் நல்லதுதான்’ என்று நினைத்துக் கொண்டு விமான நிலையம் கிளம்பினேன். டெல்லியின் சாலைகளில் விரைவாகப் போய்விடக்கூடாதென்று வாகனங்கள் சாலைமறியல் போராட்டம் செய்வது மாதிரி முன்னே, பின்னே, வலம், இடம் என் அனைத்துத் திசைகளிலும் நெருக்கிக் கொண்டு நின்றன. ஒவ்வொரு சாலையும் பல நிமிடங்களைத் தின்று விழுங்கிய பிறகு வாகனங்களுக்கு வழிவிட்டதால் திட்டமிட்ட நேரத்திற்குள் விமானநிலையத்தை அடைய முடியவில்லை. பேக்கேஜ்களைச் சோதனை செய்யும் இடத்தில் சோதனைகளை முடித்துக் கொடுத்துவிட்டு போர்டிங் பாஸ் வாங்கி, இம்மிக்ரேஷனில் பாஸ்போர்ட், விசா தணிக்கை முடிந்து பாதுகாப்புச் சோதனையில் கைப்பையையும், லேப்டாப்பையும் ஸ்கேனிங் செய்து உடல் பரிசோதனையையும் முடிக்க ஒவ்வொரு இடத்திலும் காலம் மெல்லாமலேயே ‘லபக் லபக்’கென்று விழுங்கிக் கொண்டேயிருந்தது.

மிகவும் தாமதமாகச் சென்றதன் விளைவாக “ஆனந்தன் முருகையா... ஆனந்தன் முருகையா...” என என்னுடைய பெயர் விமானநிலைய ஒலிப்பெருக்கிகளில் ஒலித்துக் கொண்டிருந்தன. முகம் தெரியாத இளம்பெண்ணின் ஆங்கிலத்தில் என் பெயர் பிழையோடு எச்சரிக்கை தொனியில் எதிரொலித்தது. ஒலிப்பெருக்கி அறிவிப்பு மேலும் பதட்டத்தை அதிகரிக்க எஸ்கலேட்டரின் நகரும் படிகளில் தாவிக் குதித்து இறங்கினேன். நுழைவாயில் எண்ணைத் தேடியபோது வலது மூலையில் தூரத்தில் இருந்தது. மறுபடியும் ஓட்டம். தொலைவிலிருந்தே எனக்கு நன்கு அறிமுகமான முகம் புன்னகைத்துக் கையசைத்தது. எனக்காகவே காத்திருந்தாள் போல. அருகில் செல்லச்செல்ல அலுவலக நண்பர்கள் இரண்டு பேர் முன்னே செல்ல அவள் வரிசையின் கடைசியில் நின்றிருந்தாள். வியர்வை வழியும் முகத்தில் ‘புஸ் புஸ்’ஸென்று மூச்சிரைக்க அருகில் போய் நின்றேன்.

கேதரின் சிரித்த முகத்தோடு “கூல்... கூல்...” என்று என்னை ஆசுவாசப்படுத்தினாள்.

“ஏன் இவ்வளவு தாமதமாகக் கிளம்பினாய்?” என்று ஆங்கிலத்தில் கேட்டாள்.

"என் குழுவிலிருக்கும் எல்லோருக்கும் அலுவல் பணிகளைப் பகிர்ந்து அளித்துவிட்டு வரத் தாமதமாகிவிட்டது?"

"ஏன் மிகவும் களைப்பாகத் தெரிகிறாய்?" என்று ஆங்கிலத்தில் கேட்டாள் கேதரின்.

"இல்லையே. அப்படி ஒன்றும் நான் உணரவில்லையே"

"இல்லை. முகத்தைப் பார்த்தால் அப்படித் தெரிகிறது" என்றபடி அங்கு சோதனை செய்து கொண்டிருந்த பெண்ணிடம் போர்டிங் பாஸையும் பாஸ்போர்ட்டையும் கொடுத்தாள். அந்தப் பெண் எல்லாவற்றையும் பரிசோதித்துவிட்டு ஸ்கேன் செய்தவுடன் "தாங்க்யூ மேம்..." என்று புன்னகையோடு அவற்றைத் திருப்பிக் கொடுத்தாள். கேதரின் பதிலுக்குப் பியானோவின் ஒரு கட்டையை மட்டும் அழுத்திய மாதிரி "தாங்க்யூ..." சொன்னாள். என்னுடைய பரிசோதனையும் முடிந்து வரும்வரை சற்று நகர்ந்து நான் வருவதற்காகக் காத்திருந்தாள்.

"என்னைப் பார்த்தால் களைப்பாகத் தெரிகிறதா?" நடந்து கொண்டே கேட்டேன்.

"ஆமாம்."

"முடி அடர்ந்து வளர்ந்திருப்பதால் அப்படித் தெரிகிறதென்று நினைக்கிறேன். ஒரு வாரமாக நானும் ஏதோ வித்தியாசமாக இருப்பதாக உணர்ந்தேன். இதுதான் காரணமாக இருக்கும்."

"ஆமாம். அப்படியும் இருக்கலாம்."

"இப்போது வெட்டலாம். பிறகு செய்துகொள்ளலாம் என்று நேரத்தைக் கடத்திவிட்டேன். கடைசிவரை செய்யமுடியாமல் இங்கு வந்து விமானநிலைய சலூனில் செய்துகொள்ளலாம் என்றுகூட நினைத்தேன். வாகனநெரிசலில் விமானநிலையம் சேருவதே பெரும்பாடாகிவிட்டது" என்று சொல்லிவிட்டு விமானத்திற்குள் செல்ல வெளியே நீண்டிருந்த இன்னொரு வரிசையில் இணைந்து அடுத்தடுத்து நின்றுகொண்டோம்.

"ஆமாம். டெல்லியில் வாகன நெரிசல் அதிகம்தான். வாஷிங்டனில் அப்படி இருக்காது என்று நினைக்கிறேன். நீ பெய்ஜிங் போனால் இதைவிடக் கொடுமையாக இருக்கும்." என்றாள் கேதரின்.

"ஆமாம். நானும் கேள்விப்பட்டிருக்கிறேன். உலகம் முழுக்க வாகன நெரிசல் ஒரு பெரும் பிரச்சினைதான். மெட்ரோ ரயில்

வந்தால் வாகன நெரிசல் குறைந்துவிடும் என்றார்கள். மெட்ரோ வந்த பிறகும் மாற்றம் ஏதுமில்லை." என்று சொன்னபோது என் குரலில் எரிச்சல் கொஞ்சம் சேர்ந்திருந்தது.

"எத்தனை மெட்ரோ ரயில் வந்தாலும் தீராத பிரச்சினை இது. நாட்டில் பணப்புழக்கம் அதிகமாக அதிகமாக வாகனங்களும் அதிகமாகும். வாகன நெரிசல் அதோடு சேர்ந்து வளரும். இது தீராத தொல்லை."

"இன்னும் சில மேம்பாலங்கள் கட்டினால் நல்லது."

"அதைவிட அநீதி வேறொன்று இருக்க முடியாது." என்று கேதரின் சொன்னதும் நான் அவளைத் திகைப்பாகப் பார்த்தேன். அவள் குரலில் இருந்த வேகமும் கண்களில் தெரிந்த கோபமும் பளிச்சென்று தெரிந்தன. அவளையே பார்த்தேன்.

அவளே தொடர்ந்து பேசினாள், "சைக்கிளில் போய்வருபவர்கள் பெரும்பான்மையானவர்களாக இருக்கும் நாட்டில் கார் வைத்திருக்கும் சிலருக்காகக் கோடிக்கணக்கான ரூபாயைச் செலவழிப்பது எப்படி நீதியாகும்?" என்று அவள் கேட்ட கேள்விக்கு நிஜமாகவே அந்தக் கணத்தில் என்னிடத்தில் பதில் இல்லை.

கொஞ்சநேரம் யோசித்துவிட்டு, "தனிநபர் வாகனங்களின் எண்ணிக்கையைக் குறைத்து, பொதுப் போக்குவரத்து வாகனங்களின் எண்ணிக்கையைக் கூட்டினால் மாத்திரமே இந்தப் பிரச்சினை ஒரு முடிவுக்கு வரும்." என்று அந்த விவாதத்தை அப்போதைக்கு முடித்துக் கொண்டேன். அதற்குள் விமானத்திற்குள் நுழைந்து எங்கள் இருக்கைகளைக் கண்டுபிடித்து உட்கார்ந்து கொண்டோம். உட்கார்ந்த சில நிமிடங்களில் பெருமூச்சு வந்தது. அடர்ந்திருந்த தலைமுடி கனமாகத் தலையை மீண்டும் அழுத்தியது. வாஷிங்டன் சென்றதும் முதல் வேலை முடிவெட்டுவதுதான் எனத் தீர்மானித்துக் கொண்டேன்.

★

2

வாஷிங்டன் சேர்ந்ததும் அலுவலகத்தின் விருந்தினர் விடுதியில் தங்கியிருந்தேன். விசாரித்தும் தேடியும் பார்த்ததில் அருகில் சலூன் ஒன்றும் தென்படவில்லை. ஏதேனும் ஹோட்டலில் தங்கியிருந்தால் இந்தச் சிக்கல் வந்திருக்காது என்று நினைத்துக் கொண்டேன். அலுவலகத்தின் விடுதி அறையும் நன்றாக எல்லா வசதிகளோடு இருந்தும் சலூன் இல்லாதது மட்டும் குறையாக உறுத்தியது. பயணக்களைப்பும் உடல் நேரத்திற்கு எதிரான இரவும் மறுநாள் காலையில் சீக்கிரமே கிளம்ப வேண்டுமென்ற உத்தரவும் மனதைப் படுக்கையில் கிடத்திவிட்டது. அடுத்தநாள் அலுவலகப் பணிகள் முடிந்ததும் மாலைநேரத்தில் வெளியில் சென்று சலூன் எங்கிருக்கிறதென்று தேடிப்பிடித்துவிட வேண்டுமென்ற உந்துதலில் வெளியில் கிளம்பி வந்தவன்தான் டுபாண்ட் சர்க்கிளைச் சுற்றிச் சுற்றிப் புறப்பட்ட இடத்திற்கே வந்து சேர்கிறேன்.

டெல்லியில் முனிர்கா அடுக்குமாடிக் குடியிருப்பில் நண்பர்களோடு தங்கியிருந்தபோது முனிர்காவின் பூங்காவைச் சுற்றிச் சாலையின் நடைபாதை ஓரத்திலேயே பத்து மீட்டருக்குள்ளேயே ஐந்து அடிக்கொரு முறை மூன்று இடங்களில் மும்முரமாய் முடிவெட்டும் தொழில் நடந்து கொண்டிருக்கும். உயர்ந்து வளர்ந்த மரங்கள், மலர்ந்து மணம் வீசும் பூக்கள், கலைநுட்பம் மிளிர்ந்த பத்தொன்பதாம் நூற்றாண்டு வெள்ளைப் பளிங்குச் சிற்பம், பொங்கிப் பொங்கி வழிந்தோடிய நீரூற்று எனக் காட்சியளித்த வாஷிங்டன் டுபாண்ட் சர்க்கிள் பூங்காவின் வனப்பு டெல்லியின் முனிர்கா பூங்கா நினைவுகள் மேலெழ மேலெழக் கொஞ்சம் கொஞ்சமாகக் கலைய ஆரம்பித்தன. வாஷிங்டனின் நினைவுகளைக் கலைத்து அழித்த டெல்லியின் நினைவுகள் தன் சித்திரத்தை என் மனச்சீலையில் வரைய வரைய டுபாண்ட் சர்க்கிள் பூங்கா வெறுமையாகக் காட்சியளித்தது.

கடையை அலங்கரிக்கும் விதமாக மஞ்சள்நிற மலர்கள் கொத்துக் கொத்தாய்த் தொங்கிக் கொண்டிருந்த கொன்றை மரத்தில்

ஆணியடித்துக் கண்ணாடியைத் தொங்கவிட்டு அதற்குக் கீழேயே ஒரேயொரு இருக்கை. தேவைப்படும்போது கீழே இறக்கவோ மேலே உயர்த்தவோ முடியாதபடி பெடல் ரிப்பேர் ஆன இருக்கை. பஞ்சு எதுவுமற்று மிருதுத்தன்மை இழந்து உள்ளேயிருக்கும் ஸ்பிரிங் அழுத்தும் இருக்கையில் அமர்ந்து கொண்டால் பான்பராக் வாசத்தோடு மோகன் தாகுர் கைகளில் இருக்கும் கத்திரியும், சீப்பும் இணைந்தும், விலகியும் மேலும், கீழும் உரசியபடி இசைத்துக் கொண்டிருக்கும். வரிசையாக இருக்கும் மூன்று இருக்கைகளில் மோகன் தாகுரின் இருக்கைதான் நடுவில் இருக்கும். முதலாவதாகவும் மூன்றாவதாகவும் இருக்கும் இருவரிடமும் ஏனோ நான் செல்வதில்லை. எனக்கு மோகன் தாகுர்தான். சிறுவயதிலிருந்து வயதானவர்களைப் பார்த்தாலே நம்பி தலையைக் கொடுக்க மாட்டேன். கையில் கத்திரியோடு முதியவர்கள் தென்பட்டால் அவர்கள் கடைப்பக்கம்கூடச் செல்வதில்லை. “அவர்கள் பழைய ஆட்கள். இந்தக் காலத்திற்குத் தகுந்த மாதிரி வெட்டமாட்டார்கள்” என்ற திடமான நம்பிக்கை எனக்கிருந்தது. அதை முதன்முதலில் மாற்றியவர் மோகன் தாகுர்தான். அவரிடம் முதன்முறையாக முடிவெட்டிக் கொண்ட பிறகு, “ஆளப் பாத்துத் தப்பா எடை போட்டுட்டேன்” என்று நண்பர்களிடம் பலமுறை சொன்னேன்.

நான் அப்போது டெல்லிக்குப் போன புதிது. சென்னையில் படிக்கும் போது டெல்லிக்குத்தான் மேற்படிப்புப் படிக்கச் செல்ல வேண்டுமென்று நண்பர்களான எங்களுக்குள் முடிவு செய்திருந்தோம். டெல்லியில் முதுகலை பட்டப்படிப்பு படிப்பதற்காக நண்பர்கள் பிரபு, சிவா, ஜஸ்டின் ஆகியோர் எனக்கு முன்னதாகவே டெல்லி வந்து ஆறுமாத கால அனுபவத்தைச் சம்பாதித்திருந்தனர். வழக்கம்போல முடிவெட்ட வேண்டிய தேவை ஏற்பட்ட சமயம் பிரபுவிடம்தான் கேட்டேன். “பிரபு, தலையெல்லாம் அரிக்க ஆரம்பிச்சுருச்சு. முடிவெட்டணும். எந்தக் கடைக்குப் போகணும்?”

“முனிர்கா பஸ் ஸ்டாப் தெரியுமா?” என்றான் பிரபு.

“ம்... எந்த பஸ் ஸ்டாப்பு. இந்தப் பக்கமா? அந்தப் பக்கமா?” என்று கேட்டேன்.

“இந்தப் பக்கம். டெல்லி ஐஐடி யிலிருந்து வர்ற பஸ் நிக்குதுல்ல. அந்த பஸ் ஸ்டாப்பு. அங்க மூனுபேரு மெயின்ரோடு மேலேயே முடிவெட்டிட்டு இருப்பாங்க. அங்க போய் வெட்டலாம்.” புரிந்தது மாதிரி தலையசைத்தேன்.

“எவ்வளவு கேப்பாங்க?”

“முடிவெட்ட இருபத்தஞ்சு ரூபா. ஷேவ் பண்ண பத்து ரூபா. கட்டிங் ஷேவிங் ரெண்டும் பண்ணுனா முப்பது ரூபா.”

“ஷேவெல்லாம் வேணாம். முடி மட்டும்தான் வெட்டணும்.”

“அப்படின்னா இருபத்தஞ்சு ரூபாதான்.”

“தாடியை ட்ரிம் பண்ணனும்னா எவ்வளவு?”

“அது தெரியலியே”

“சரி. முடியை மட்டும் வெட்டிட்டு வந்துடுறேன்.”

“இருபத்தஞ்சு ரூபான்னா இந்தியில் எப்படிச் சொல்றது?”

“பச்சீஸ் ருப்யே”

“பச்சீஸ்... பச்சாஸ்... எனக்கு இந்த ரெண்டுல எது இருபத்தஞ்சு எது அம்பதுன்னு எப்பவும் கொழப்பமாவே இருக்கு, பிரபு.”

ஜஸ்டின் முந்திக் கொண்டு சொன்னான், “ஆனந்தா, அது ரொம்ப ஈசி. பச்சீஸ்ல ‘சீ’ன்னு வருது பாரு. சீ... இ... அப்படின்னா இருபத்தஞ்சு. பச்சாஸ்ல ‘சா’ன்னு வருது பாரு. சா... அ... அப்படின்னா அம்பது. புரிஞ்சதா?” இந்தியை முப்பதுநாளில் கற்றுக்கொள்ளும் குறுக்கு வழிகளை அவ்வப்போது கூறி வந்தான் ஜஸ்டின்.

பிரபு சொன்னது மாதிரியே மூன்று கடைகளும் அருகருகே இருந்தன. சாலையோரம் கூம்பு வடிவ அசோக மரத்தின் பச்சை இலைகள் அடர்ந்து வளர்ந்திருந்தாலும் அதன் நிழல் அந்தக் கடைகளுக்குப் போதுமானதாக இல்லை. பூங்காவுக்குள் வளர்ந்திருந்த நாவல் மரத்தின் கிளைகள் சுற்றுச்சுவரைத் தாண்டி நிழலை அகலப் பரப்பிச் சாலையோரக் கடைகளைத் தன் முழு அரவணைப்பில் வைத்திருந்தன. சாலையோர நடைபாதையில் இருந்த இருக்கைகள்தான் கடைகள். இருக்கைகள் கொஞ்சம் சாய்வாக இருந்தன. பின்கழுத்திலிருந்து தலை நேராக இருக்க ஒரு தடுப்புக்கட்டை மேலே ஏற்றிச் சொருகப்பட்டிருந்தது. மரத்தடியில் ரசம் தேய்ந்த மங்கலான முகம் பார்க்கும் கண்ணாடி.

மரத்தில் கண்ணாடிக்கு மேலே தொங்கவிடப்பட்ட ரேடியோ பெட்டி ஒன்று இந்தியில் மனதை உருக்கும் இசைப் பின்னணியில் பாடிக் கொண்டிருந்தது. மொழி புரியாவிட்டாலும் பாடகர்களின்

குரல் கேட்போரை மயக்கியது. பீடி புகைத்துக் கொண்டிருந்த ஒருவர் மெல்லிசைப் பாடலொன்றைக் கேட்டுவிட்டு “வாஹ்... வாஹ்...” என்று தன் உள்ளங்கையில் இன்னொரு கையைத் தட்டித் ரசனையை வெளிப்படுத்தினார்.

நடுத்தர வயதுடைய நாவிதர் ஒருவர் குதிரைவால் மாதிரி தொங்கியிருந்த வாடிக்கையாளன் மீசையின் அடர்த்தியைக் குறைத்துவிட்டுக் கொஞ்சம் விலகி நின்று பார்த்துத் திருப்தியற்றவராக மறுபடியும் அங்குமிங்குமாகக் கத்தரித்துவிட்டுக் கண்ணாடியைக் கழற்றி அவன் முகத்திற்கு நேரே பிடித்துக் காட்டியதும், “இப்போது பார். இது போதுமா?” என்று கேட்பது போல இருந்தது. ‘அதைத்தான் கேட்டிருக்க வேண்டும். இந்தச் சூழலில் வேறு என்ன கேட்டுவிட முடியும்’ என்று என் இந்தி மொழிபெயர்ப்பை நானே அங்கீகரித்துக் கொண்டேன். “பஹுத் அச்சா. பஸ். கித்னா?” என்று அவன் கேட்ட கேள்விகள் எல்லாம் புரிந்த மாதிரியே இருந்தன. ‘நல்லா இருக்கு. போதும். எவ்வளவு ரூபாய்?’ மறுபடியும் இந்தி மொழிபெயர்ப்பு. மறுபடியும் என்னை நானே அங்கீகரித்துக் கொண்டேன்.

அருகே பிளாஸ்டிக் சேரில் உட்கார்ந்திருந்த இன்னொரு வாடிக்கையாளர் முடிவெட்டிக் கொள்வதற்காகவோ சவரம் செய்து கொள்வதற்காகவோ காத்துக் கொண்டிருந்தார். மீசையைக் கத்தரித்துக் கொண்டிருந்தவன் இறங்கியதும் இருக்கையைப் பிடிப்பதற்குத் தயாராக இருந்தார். அவரை அடுத்து ஒல்லியான தேகத்தில் புடைத்துப் பின்னியிருந்த நரம்புகள் தெரிய அறுபது வயது மதிக்கத்தக்க முதிய நாவிதர் ஓர் எந்திரத்தைப்போல வாடிக்கையாளரின் முகத்தைச் சவரம் செய்து கொண்டிருந்தார். நடுவில் இரண்டாவது கடையில் இருந்த நாவிதரின் வழுக்கைத்தலையும் பின்மண்டை நரைத்த முடியும் சவரம் செய்யப்படாமல் ஒழுங்கற்றிருந்த நரைத்த தாடியும் என்னை வலது பக்கம் இருந்த மூன்றாவது கடையை நோக்கித் திருப்பியது.

இடது பக்கம் முதல் கடை நடுத்தர வயது நாவிதரைப் போலவே மூன்றாம் கடைக்காரரர் இருந்தாலும் இன்னும் இளமையாகத் தெரிந்தார். மீசையும் தாடியும் இன்றி முகமும் தாடையும் வழுவழுவென்றிருந்தது. முன்னால் கிடந்த சுருள்முடியை வளைத்துவிட்டிருந்தார். பின்னேயும் சுருள்முடி வளைத்து வளைத்து வாரப்பட்டிருந்தது. ஆள் பார்ப்பதற்கு ஸ்டைலாகத் தெரிந்தார். வாலிபனான வாடிக்கையாளன் ஒருவனுக்குக் கூர்ந்து

பார்த்து முடிவெட்டிக் கொண்டிருந்தார். கத்தரித்துக் கொண்டிருந்த கைகளின் அசைவுக்கு இணையாகத் தலையும் தோளும் உடலோடு சேர்ந்து அங்குமிங்கும் அசைந்து நடனமாடியது. 'இவரிடம்தான் முடிவெட்டிக்கொள்ள வேண்டும்' என முடிவு செய்து மூன்றாம் இருக்கைக்கு அருகில் சென்று நின்று கொண்டேன். எனக்கு முன்னேயே அங்கு ஒருவர் காத்திருந்தார். அவருக்குப் பின்னால் நிற்கத் தொடங்கிய இரண்டு நிமிடங்களில் பெரிய நாவிதர் தன் வேலையை முடித்துவிட்டார். நடுவில் இருந்த இருக்கை காலியானாலும் அவரிடம் போகாமல் அங்கேயே நின்றிருந்தேன். இரண்டு நிமிடங்கள் பத்து நிமிடங்கள் ஆனது. உட்கார்ந்திருந்த வாடிக்கையாளன் தலையே இன்னும் முடியாமல் இருந்தது. அடுத்து காத்திருப்பவனுக்கும் வேலையை முடிக்க இன்னும் அரைமணி நேரம் அல்லது முக்கால் மணி நேரம் ஆகலாம். நேரம் விரையமாவதை மனம் ஒப்புக்கொள்ளத் தயாரில்லை. நேரம் இருட்டியது. இன்னும் காத்திருந்தால் இரவாகிவிடும். இவர் வேண்டாமென்று போனால் நாளைதான் வரவேண்டும். நாளையும் இதே மாதிரி கூட்டமாக இருந்தால் என்ன செய்வதென்ற யோசனை வேறு. 'சரி, ஆனது ஆகட்டும்.' என்று பெரிய நாவிதரிடம் தலையைக் கொடுக்கத் தயாரானேன்.

பக்கத்தில் அவரை நெருங்கியதும் இருக்கையில் உட்கார்வதற்காக விலகி வழிவிட்டார். இருக்கையில் ஏறி உட்கார்ந்ததும் இந்தியில் ஏதோ கேட்டார். என்னவென்று புரியவில்லை.

"கட்டிங்... ஹேர் கட்டிங்..." என்று சொல்லித் தலைமுடியைக் கத்திரியில் வெட்டுவது மாதிரி நடுவிரலையும் ஆட்காட்டிவிரலையும் கத்திரிபோல வெட்டி வெட்டிச் செய்துகாட்டினேன்.

"அச்சா... ஹேர் கட்டிங்" என்று சிரித்தார்.

சிரித்தபோது அவரின் கூரான முகம் நெருக்கத்தில் லட்சணமாகத் தெரிந்தது. தாடையின் நரைத்த முடியில் மறைந்திருந்த மகிழ்ச்சியின் கீற்றுகள் கண்களில் நிழலாடிக் கொண்டிருந்தன. பழைய துணியை எடுத்து விரித்து உடலை மறைத்துப் போர்த்தினார். கழுத்தை நெருக்கிச் சுற்றிப் பின்னால் முடிச்சுப்போட்டுத் தண்ணீரைத் தெளித்தார். மறுபடியும் ஏதோ இந்தியில் பேசினார். தண்ணீர் பட்டு முடிகளுக்குள் ஓடி நெற்றியில் வழிந்து புருவங்களிலிருந்து சொட்டியது. கண்ணிமையில் பட்ட ஒரு நீர்த்துளியால் கண்கள் மங்கலாகத் தெரிந்தன. தொடர்ந்து இந்தியில் பேசிக் கொண்டிருந்தார். தலையைப் பிசைந்து முழுவதும் ஈரமாக்கியதும்

க. வீரபாண்டியன் ● 23

குளிர்ச்சியாக இருந்தது. தோளைத் தட்டி முகத்தைப் பார்த்து ஏதோ கேட்டார். கத்திரியை வைத்துத் தலைமுடியை வெட்டுவது மாதிரி சைகையில் கேட்டார். "மீடியம் கட்" என்றேன். கறை படிந்த பற்களைக் காட்டிச் சிரித்தார். மீண்டும் லட்சணமான முகம் முன்னே தோன்றித் தோன்றி மறைந்தது. இயந்திரம் போல வேலையைத் தொடங்கினார். வெட்டிய மயிர் கற்றை கற்றையாகக் கால்களுக்குக் கீழே விழுந்தன. இருபது நிமிடங்களில் வேலையை முடித்துவிட்டதற்கு அடையாளமாக முகம் பார்க்கும் கண்ணாடியைக் கழற்றி நேரே காட்டினார். திருப்தியாக இருந்தது.

டெல்லியில் தங்கியிருந்த அடுத்த சில ஆண்டுகளில் பலமுறை அவரின் கடைக்குச் செல்வதை வாடிக்கையாக்கிக் கொண்டேன். அதுவும் ஒயின்ஷாப் சந்திப்புக்குப் பிறகு எங்களுக்குள் நல்ல அறிமுகம் ஏற்பட்டது. அதிலிருந்து என்னுடைய தலைமுடியை தாகுர் ரசித்து ரசித்து வெட்டத் தொடங்கினார். முனிர்கா கடைவீதியின் இறுதியிலிருந்த ஒயின்ஷாப்பின் கூட்டத்தில் முண்டியடித்துக் கொண்டிருந்த போது வரிசையின் முன்னால் நின்றிருந்தேன். எனக்குத் தேவையான பீர் பாட்டில்களை வாங்கிக் கொண்டு அவருக்கும் ஒரு குவார்ட்டர் பாட்டிலை வாங்கிக் கொடுத்தேன். பார் இல்லையென்பதால் பக்கத்திலிருக்கும் ஹோட்டலுக்குச் சென்றோம். அவரையும் உடன் அழைத்துச் சென்றேன்.

அவரின் பூர்வ கதையைக் கொஞ்சம் பகிர்ந்து கொண்டார். தாகுர் என்றழைக்கப்படும் அவரின் உண்மையான பெயர் மோகன் தாகுர். டெல்லி பக்கத்திலிருக்கும் காஜியாபாத்துக்குப் பக்கத்திலிருக்கும் கிராமத்திலிருந்து டெல்லி மாநகருக்கு இடம்பெயர்ந்து பிழைப்பு நடத்துகிறார்.

கடந்த சில வருடங்களில், போட்டித் தேர்வுகளுக்காகச் சமூகவியல், மானுடவியல், அரசியல் அறிவியல் பாடங்களைப் படித்திருந்தேன். நாவிதர் தொழிலில் உத்தரப்பிரதேசத்தின் அதிகாரமிக்க தாகுர் சாதி ஈடுபடுவது குறித்து மிகுந்த ஆச்சரியத்துக்கு உள்ளானேன். அவற்றை விரிவாகத் தெரிந்துகொள்ளும் ஆர்வமும் மோகன் தாகுர் அறிமுகமானது முதல் தொற்றிக் கொண்டது.

"தாகுர் சாதியில் பிறந்த நீங்கள் எப்படி நாவிதர் தொழிலுக்கு வந்தீர்கள்? நாயி ஜாதிக்காரர்கள்தானே நாவிதர் தொழில் செய்வார்கள்" என்று பிரபுவை இந்தியில் அவரிடம் கேட்கச் சொன்னேன். கேட்டபோது "நான் நாவிதன்தான். நாவிதர்கள் ஒரு

காலத்தில் ஷத்ரிய வர்ணம். தாகுர் சாதிக்கு இணையானவர்கள். சில நாவிதர் குடும்பங்கள் தங்கள் பெயரோடு தாகுர் என்பதைச் சேர்த்து அழைத்துக் கொள்வோம்" என்று அவர் சொன்னதை பிரபுவின் மொழிபெயர்ப்பில் புரிந்து கொண்டேன்.

"என்னோட கடைக்குப் பக்கத்துல கடை வச்சிருக்கானே சுருட்டைமுடிக்காரன். அவன் பேரு ராஜா நாராயண். பஞ்சாப்காரன். அவங்க ஊர்ல அவங்க பேரோட சேத்து ராஜான்னு போட்டுக்குவாங்க." இந்த விசயங்களை மோகன் தாகுர் - பிரபுவின் மொழிபெயர்ப்பின் மூலமாக - சொன்ன நாளில் கனவில் அரச உடையணிந்த ராஜாக்களும், வாளேந்திய ஷத்ரிய வர்ணத்து ராஜபுத்திரர்களான தாகுர்களும் சவரக்கத்தியையும் கத்திரியையும் சீப்பையும் ஏந்தியவாறு மிடுக்காக நடந்தார்கள்.

ஒருநாள் மோகன் தாகுர் என்னைக் கடைவீதியில் பார்த்ததும் "ஜாதா..." என்று என் முடியைத் தன் விரல்களில் அள்ளித் தூக்கிக் காட்டினார்.

நானும் கைகளால் முடியைத் தொட்டுத் தூக்கிப் பார்த்தேன். பதிலுக்கு "அச்சா" என்றேன்.

"மே கல் ஈவினிங் ஆராவும்" என்றதும் "ஆயியே... ஆயியே" என்று சொல்லிப் புன்னகைத்தார்.

இந்த முறை முடிவெட்டி முடித்த பிறகு சில இடங்களில் அதிகமாக இருந்ததாகப் பட்டது. "இதர் தோடா கட் கரோ... உதர் தோடா..." என்று காட்டிக் காட்டிச் சரி செய்து கொண்டேன். மோகன் தாகுரை அருகில் நெருக்கமாகப் பார்த்தேன். உற்றுக் கவனித்ததில் ராஜ்ஜியத்தை இழந்துவிட்ட அரசகுடும்பத்தின் துரத்தியடிக்கப்பட்ட கடைசி வாரிசைப்போல தெரிந்தார். நரைத்த தலைமுடியைத் திருத்தும் விருப்பமின்றி அதன் போக்குக்கு வளர விட்டிருந்தார். மழிக்கப்படாமலிருந்த கருப்பு வெள்ளைத் தாடிக்குள் தாகுரின் முகம் ஒளிந்திருந்தது. ஒளிமங்கிய பிரவுன் நிறக் கண்கள் வாடியிருந்தன. நிறைவேறாத கனவுகளின் ஏக்கத்தில் எந்த மினுமினுப்புமின்றி வறண்ட அந்தப் பிரவுன் நிறக் கண்கள் அங்குமிங்கும் சுழன்றவாறு காட்சியளித்தன. இமைகளில் படபடத்துக் கொண்டிருந்த சில மயிர்களும் கருப்பு நரம்பைப்போல நீண்டிருந்தன. இமைகளிலும் அவ்வளவாக மயிர்கள் இல்லை. நரைத்துக்கிடந்த மயிர்களும் 'நான் ஒளிந்திருக்கிறேன்' என்பதைப் போல மறைந்து பெரிதாக உறுத்திக் கொண்டு தெரியவில்லை.

புன்னகைத்துக் கொண்டே "ஷேவிங்?" என்று தன் தாடையில் சவரம் செய்வதைப்போலச் செய்து காட்டிக் கேட்டார்.

"நஹி... நஹி..." என்றேன். 'சரி' என்று தலையாட்டி முகத்தைச் சுத்தம் செய்த பின்பு "பச்சீஸ் ருப்யா" என்றார். இருபத்தைந்து ரூபாயை எடுத்துக் கொடுத்துவிட்டு வந்தேன்.

பேண்ட் பாக்கெட்டில் வைத்திருந்த மொபைல் அதிர்ந்தது. திரை முழுக்க கேதரின் சிரித்துக் கொண்டிருந்தாள். அவளின் கைப்பேசி எண் தொடுதிரையில் அதிர்ந்து ஆடிக் கொண்டிருந்தது.

★

3

"என்ன கேதரின்?"

"எங்கிருக்கிறாய். உன்னை அறையில் காணவில்லை."

"வெளியில் வந்திருக்கிறேன். என்ன விசயம்?"

"மிகவும் அவசரமான ஒரு கூட்டம். நாம் சந்திக்க வேண்டிய முக்கியமான நபர் இப்போதே தான் தங்கியிருக்கும் ஹோட்டலுக்கு வரச் சொல்லுகிறார்."

"ஓ! அதற்கு நான் என்ன செய்ய வேண்டும்?"

"நீ என்ன செய்ய வேண்டுமா? உன்னை..." என்று கோபமாகக் கத்தியவள், "நீதான் இந்தத் திட்டக்குழுவின் தலைவன் என்பதை நினைவில் வைத்துக்கொள். அவரைச் சந்தித்துத் திட்டத்தின் முழு விவரங்களையும் நீதான் விளக்க வேண்டும். இன்னும் ஒருமணி நேரத்தில் அங்கிருக்க வேண்டும். உடனே கிளம்பி வரவேற்பறைக்கு வா."

"சரி, இதோ கிளம்பி வந்துவிடுகிறேன்" என்றேன். விறுவிறுவென அறைக்குத் திரும்பிச் சென்று உடைமாற்றிக் கொண்டு புறப்பட்டேன். வாசலிலேயே எல்லோரும் எனக்காகக் காத்திருந்தனர் என்பது அவர்களின் வெறுப்பான பார்வையிலேயே புரிந்தது. "ஏன் எல்லாரும் சாவகாசமா உட்கார்ந்து கதையளந்துட்டிருக்கீங்க. நேரமாச்சு. வாங்க கிளம்பலாம்" என்று அவர்களைப் பார்த்துப் பொய்க் கோபத்தோடும் பதட்டத்தோடும் பேசினேன். கேதரின் என் முதுகில் ஓங்கி அடித்தாள்.

"அவரைச் சந்தித்து அவரை ஒத்துக் கொள்ள வைத்துவிட்டால் மற்ற வேலைகள் மிக எளிதில் முடிந்துவிடுமாம். அவரிடம் சந்திக்கும் நேரத்தை ஒதுக்கித் தரச் சொல்லி நான் பத்து நாடுகளில் உள்ளவர்களைத் தொடர்புகொள்ள வேண்டி வந்தது." காரில் போகும்போது கேதரின் சொன்னாள். அவள் எது சொன்னாலும்

அனைவரும் கேலியும் கிண்டலுமாகப் பேசிக் கொண்டே சென்றோம். ஹோட்டலுக்கு மிகவிரைவில் வந்து சேர்ந்தோம். முக்கிய நபருடனான சந்திப்பும் விவாதமும் ஒதுக்கிக் கொடுத்த நேரத்தைக் காட்டிலும் - மதிய உணவைத் தாண்டியும் - நடந்தது. அடுத்தடுத்து அவர் பலபேரைச் சந்தித்துக் கொண்டேயிருந்தார்.

"ஆள் பார்ப்பதற்கே ஒருமாதிரியாக இருக்கிறாரே" என்று நண்பனொருவன் கேட்டான்.

"என்ன ஒருமாதிரியாக இருக்கிறது. அப்படி ஏதும் எனக்குத் தெரியவில்லையே" என்றாள் கேதரின்.

"அவரின் நடையும், குரலும் பார்ப்பதற்கு வித்தியாசமாக இருக்கின்றனவே."

"ஓ அதுவா? அவர் ஒரு திருநம்பி. பெண்ணாகயிருந்து ஆணாக மாறியவர்."

"அப்படியென்றால், அவள் என்று சொல்." என்றான் கிண்டல் தொனியில்.

"மற்றவர்களால் எப்படி அழைக்கப்பட வேண்டுமென்று அவர் விரும்புகிறாரோ அப்படித்தான் நாம் அழைக்க வேண்டும். அதுதான் நாகரிகம். பெண்ணைப் பெண்ணாகவும் ஆணை ஆணாகவும் எப்படிப் பார்க்கிறோமோ அப்படித்தான் திருநங்கையைத் திருநங்கையாகவும் திருநம்பியைத் திருநம்பியாகவும்தான் பார்க்க வேண்டும்." கேதரின் பேசியதில் அழுத்தமும் மெல்லிய கோபமும் தெரிந்தது.

"சரிதான். ஒத்துக் கொள்கிறேன். அவர் எல்லா விசயங்களையும் மிகத் திறம்படக் கையாளுகிறார்."

"திறமை இருக்கிற எவரும் எதையும் திறம்படக் கையாள்வார்கள். இதிலென்ன வியப்பு இருக்கிறது" என்று புருவத்தை உயர்த்திப் பார்த்தாள். அப்படிப் பார்த்துவிட்டு, "அவர் இந்தத் துறையில் மிகுந்த அனுபவமிக்கவர். உலகின் மிகப்பெரிய கம்பெனிகள் தங்கள் நிறுவனத்தின் தலைமைச் செயல் அதிகாரியாக ஆக்குகிறோம். வாருங்கள் என்று அவரை அழைத்துக் கொண்டிருக்கிறார்கள்."

"கேதரின், நீயும் ஒருநாள் அப்படி அழைக்கப்படுவாய்" என்றேன்.

"திருநம்பியாகவா?" என்று கேட்டாள்.

"அய்யய்யோ இல்லை... இல்லை... நான் அப்படிச் சொல்லவில்லை."

"ஏன் பதறுகிறாய். அப்படி ஆனால்தான் என்ன தவறு? அப்படியொரு எண்ணம் எனக்கு முளைத்தால் யார்தான் அதைத் தடுக்க முடியும்?"

"அம்மா, நீ என்ன வேண்டுமானாலும் ஆவாய். உன்னைத் தலைமைச் செயல் அதிகாரியாக நியமிக்கப் போட்டி நடக்கும் என்ற அர்த்தத்தில்தான் நான் சொல்ல வந்தேன்."

"கூல்" என்று மிகச் சாதாரணமாகச் சொல்லிப் புன்னகைத்து, "நன்றி" என்றாள். அவள் முகம் முழுக்கப் புன்னகை பரவி நிறைந்தது. சிறிது நேரத்தில் அவள் வெட்கத்துடன் புன்னகை புரிந்தவாறு திரும்பிக் கொண்டாள். அவ்வப்போது சிவந்திருந்த கண்களிலிருந்து வழியும் கண்ணீரை என் கைக்குட்டையால் ஒற்றி எடுத்தவாறு இருந்தேன். மாலைவரை அங்கேயே காத்திருந்து மீண்டும் ஒருமுறை அவரைச் சந்தித்துப் பேசினோம். இரவு மற்றொரு இடத்தில் இன்னொரு நிறுவனப் பிரதிநிதிகளுடன் சந்திப்புக்கு கேதரின் ஏற்பாடு செய்திருந்தாள்.

அங்கு போனால் அது மிகப் பிரம்மாண்டமான உணவகமாக இருந்தது. உலகின் பல்வேறு மூலைகளில் வசிக்கும் மனிதர்களின் கண்காட்சி நடப்பது போல இருந்தது. கருப்பு, மஞ்சள், சிவப்பு, வெள்ளை, ஆரஞ்சு என விதவிதமான நிறங்களில் உயரமாகவும், குள்ளமாகவும், ஊசி மூக்கும், சப்பை மூக்குமாக மனிதர்கள் வெளியுலகின் எல்லா சச்சரவுகளையும் ஒதுக்கி வைத்துவிட்டுத் தங்கள் அலுவல்களில் மூழ்கியிருந்தனர். சிலர் உண்ண வந்திருந்தனர். சிலர் உண்பதன் ஊடே தங்கள் பணிகளை முடித்துக் கொள்வதிலும் கவனம் செலுத்தினர்.

பூவின் இதழ்கள் மலர்ந்து விரிந்த வடிவிலான பழங்கால அலங்கார விளக்குகளுக்குள் இருந்த எல்.இ.டி பல்புகள் பீய்ச்சிய வெளிச்சத்தில் சிவப்புக் கம்பளத் தரைவிரிப்பு அங்கங்கே மின்னி மின்னிப் பளபளத்தது. மரகதப் பட்டுத் திரைச் சீலைகள் அசைந்து அசைந்து ஒளிர்ந்தன. உணவகத்தின் நடுவில் எல்லோருக்கும் தெரியும் விதமாக அமைக்கப்பட்டிருந்த ஒரு மேடை. அது தனி அரங்கத்தைப் போல இருந்தது. மேடை உணவகத்தோடு சேர்ந்திருப்பது மாதிரியும் தனித்து இருப்பது போலவும் அமைந்திருந்தது. மேடையில் சிம்பொனி ஆர்க்கெஸ்ட்ரா குழு

க. வீரபாண்டியன் ● 29

பிரம்மாண்டமான முறையில் மெல்லிசையை இசைத்துக் கொண்டிருந்தது. பெரிய பியானோ ஒன்று மூலையில் காணப்பட்டது. எங்கும் பார்த்திராத பெரிய கிடார் ஒன்றை ஒரு இசைக்கலைஞன் தரையில் வைத்து வாசித்துக் கொண்டிருந்தான். அவனும் அந்தப் பெரிய கிடாரைப் போலக் கழுத்து தெரியாவண்ணம் பருத்திருந்தான். ஆர்க்கெஸ்ட்ராவின் இசையமைப்பாளனைப் போலிருந்தவனின் தலையலங்காரம் சாலைகளில் அலங்காரத்திற்காக வைக்கப்பட்ட பாண்டா செடியைப் போல வட்டமாக நேர்த்தியாகக் கத்தரிக்கப்பட்டிருந்தது. பெரிய குண்டானைக் கவிழ்த்து வைத்தது போலிருப்பதை நம் ஊர்க்காரர்கள் பார்த்தால் "குண்டான் தலையா... அண்டா தலையா..." என்று கேலி செய்வார்கள் என அருகிலிருந்த நண்பர்களிடம் சொன்னேன்.

"ஆனந்த், கொஞ்சம் வாயை மூடிக் கொண்டு சிறிது நேரம் பேசாமல் இசையைக் கவனி. இது பீத்தோவனின் புகழ்பெற்ற 'மூன்லைட் சொனாட்டா' பீஸ்" என்றாள். கேதரின் சொன்ன பிறகு அந்த இசையை மிக உன்னிப்பாகக் கேட்க ஆரம்பித்தேன். மிக நன்றாக இருந்தது. அவர்கள் வாசித்து முடித்ததும் பலர் எழுந்து நின்று கைதட்டினார்கள். கேதரினும் கைதட்டினாள். "இந்த இசை வானில் பளிங்கைப் போன்ற வெண்ணிற ஒளியைப் பொழியும் நிலவின் இரவில் சுவிட்சர்லாந்தின் லூக்ரென் ஏரியில் படகுப் பயணம் செய்வது மாதிரியான அனுபவத்தைக் கொடுக்கக் கூடியது" என்றாள்.

"அப்படியா!" என ஆச்சரியத்துடன் கேட்டேன். எனக்கு அந்த மாதிரியான அனுபவம் ஏதும் வரவில்லையென்றாலும் கேட்பதற்கு மிகவும் பிடித்திருந்தது.

"ஆனால், இது நிலவொளியின் அனுபவமல்ல. அது தவறு என்றும் சவ ஊர்வலத்திற்கான சோகமான இசையென்றும் சிலர் வாதிடுவதுண்டு. இதைப் பற்றி ஏகப்பட்ட கருத்துகள் உண்டு." என்று வாசித்த சிம்பொனி இசையைப் பற்றிய கூடுதல் தகவல்களைத் தந்தாள் கேதரின்.

"எங்கள் ஊர் இளையராஜாவும் சிம்பொனி வாசித்திருக்கிறார். அவருடைய "ஹவ் டு நேம் இட்' 'நத்திங் பட் விண்ட்' ஆல்பங்களைக் கேட்டுப்பார். இசையில் நாட்டமுள்ள உன்னைப் போன்றோருக்கு அது மிகவும் பிடித்துப்போகும்" என்றேன்.

"இந்தியாவிலிருந்து ஒருவர் சிம்பொனி இசை அமைத்திருக்கிறாரா? என்று வியந்தவள், "நிச்சயம் அதையும் கேட்கிறேன்" என்று உறுதியளித்தாள்.

இசையை ரசித்துக் கொண்டிருக்கும்போது நாங்கள் சந்திக்க வேண்டிய நபர்கள் எல்லோரும் ஒன்றாகச் சேர்ந்து வந்தார்கள். ஒருவருக்கொருவர் சம்பிராதாயமாக வணக்கங்கள் சொல்லி வாழ்த்துகளைப் பரிமாறிக் கொண்ட பின்பு எங்கள் கூட்டமும் தொடங்கியது.

இரவு உணவுக்கிடையில் கூட்டத்தையும் முடித்துக் கொண்டு அறைக்குத் திரும்ப நள்ளிரவாகிவிட்டது. மறுபடியும் காலை எட்டு மணிக்கே அடுத்த கூட்டம். அடுத்தடுத்து சந்திப்புகள் கூட்டங்கள். ஓய்வில்லாமல் பொழுது மிக வேகமாகக் கழிந்துக் கொண்டிருந்தது. இதற்கிடையில் என் கண்ணில் ஏதோ தொற்றுநோய் ஏற்பட்டுச் சிவந்துவிட்டது. பக்கத்திலிருந்த மருத்துவமனைக்குச் சென்று பரிசோதித்துக் கொண்டேன். அங்கிருந்த மருத்துவர் சில திரவங்களைக் கொடுத்து ஒரு நாளைக்கு நான்கு வேளை கண்களில் ஒவ்வொரு முறையும் இரண்டு துளிகள் விட்டுக்கொள்ளச் சொன்னார். அதையே ஒருவாரத்திற்குச் செய்துவிட்டு மீண்டும் மருத்துவமனைக்கு வந்து அவரைப் பார்க்கச் சொன்னார்.

"இன்னும் சில நாட்களில் நான் இந்தியாவிற்குச் சென்றுவிடுவேன்" என்று சொன்னேன்.

"அப்படியானால் அங்கேயே ஏதேனுமொரு கண்மருத்துவமனையில் இந்தச் சீட்டுகளைக் காண்பித்து பரிசோதித்துக் கொள்ளவும்" என்று எழுதித் தந்தார். "அதுவரைக்கும் எந்தக் காரணத்தைக் கொண்டும் கணினியை உபயோகப்படுத்த வேண்டாம்." என்றார்.

"சரி" என்று அவருக்கு உத்தரவாதமளிப்பதைப்போலப் பேசிவிட்டு வந்தேன்.

ஆனால், கணினி இல்லாமல் எனக்கு எந்த வேலையும் நடக்காது. செய்யும் வேலை அப்படி. வேலைக்கு வந்த இடத்தில் விடுமுறை சொல்லிவிட்டு ஓய்வெடுக்கவும் முடியாது. இப்போது முடிக்கப்பட வேண்டிய பணிகள் நிறுவனத்தின் அடுத்த கட்ட வளர்ச்சிக்கு மிக முக்கியமானது. கொடுக்கப்பட்ட பணிகளைச் செய்யாமல் வீடு திரும்பக் கூடாது என்று உள்மனது என்னை உந்திக் கொண்டேயிருந்தது. கணினியை உபயோகப்படுத்த வேண்டிய தருணங்கள் வந்து கொண்டேயிருந்தன. எல்லாக் கூட்டங்களும்

சந்திப்புகளும் முடிந்து ஊருக்குக் கிளம்பும் நேரம் வந்தது. கண்கள் இன்னும் சிவந்து வலியெடுக்க ஆரம்பித்தன. மறுபடியும் அதே மருத்துவரைச் சென்று சந்தித்தேன்.

கண்களை நன்றாகப் பரிசோதித்துவிட்டு, "ஏன், மருந்துகளைச் சரியாக எடுத்துக் கொள்ளவில்லையா?" என்று கேட்டார்.

"டாக்டர், பல நேரங்களில் அலுவலகச் சந்திப்புகள் தொடர்ந்தவண்ணம் இருந்ததால் சரியான நேரங்களில் மருந்தைக் கண்களில் விட்டுக் கொள்ள முடியவில்லை." எனக்கிருந்த இக்கட்டுகளை அவருக்குப் புரியும் விதத்தில் சொன்னேன்.

"நீங்கள் சொல்லும் இந்தக் காரணம் உங்களுடையது மட்டுமல்ல. இந்தத் தலைமுறை ஆட்கள் சொல்லும் ஒரே காரணம். அற்பக் காரணம். இது எங்குப் போய் முடியுமோ" என்று தனக்குத்தானே சொல்லி நொந்து கொண்டார்.

"நல்லது. இப்போது நீங்கள் ஊருக்குக் கிளம்புகிறீர்கள். இப்போது பயணத்தில் உங்களுக்கு மண்டையை முட்டிக் கொள்ளும் எந்த வேலையும் இருக்காது என்று நம்புகிறேன். மறுபடியும் சொல்கிறேன். இந்தியாவுக்குச் சென்று மறுபடியும் ஏதோவொரு மருத்துவரைச் சந்தித்துப் பரிசோதித்துக் கொள்ளும் வரைக்கும் எந்தக் காரணத்தைக் கொண்டும் கணினியை உபயோகப்படுத்த வேண்டாம். புத்தகங்கள் படிப்பதையும், திரைப்படங்கள் பார்ப்பதையும்கூடத் தவிர்க்கவும். அப்போதுதான் இது சீக்கிரம் குணமாகும்" என்று டாக்டர் சொல்லிக் கொண்டிருக்கும்போது ஒரு குறுஞ்செய்தி வந்த சத்தம் கேட்டது. கைப்பேசியை எடுத்துப் பார்த்து வாசித்தேன். அதைப் பார்த்த மருத்துவர் கோபமாக, "நான் சொன்னது கைப்பேசிக்கும் பொருந்தும். குறிப்பாக கைப்பேசியைப் பயன்படுத்துவதையும் சேர்த்துத்தான் சொல்கிறேன். புரிந்ததா?" கண்டிப்பான ஆசிரியரைப் போலச் சத்தமாகச் சொன்னார்.

"புரிந்தது டாக்டர்" என்று தலையாட்டிவிட்டு வந்தேன்.

"ஒன்றுக்கும் உதவாத சாதாரண விசயங்களைக்கூட ஊதிப் பெரிதாக்கி எல்லோரையும் பெரும் சிக்கலுக்கு உள்ளாக்குவதில் மனித இனம் மிகச் சிறந்தது. அதனால் நான் சொல்வதைக் கவனமாகப் பின்பற்றுங்கள். இது சாதாரண தொற்று. நீங்கள் மேற்கொண்டு ஏதேனும் செய்தால் இது சீக்கிரத்தில் சரியாகாது. உடலையும் மனதையும் பத்திரமாகப் பார்த்துக் கொள்ளுங்கள். உங்கள் பயணம் சிறக்கட்டும்." என்று வாழ்த்தி அனுப்பினார்.

டாக்டர் அவ்வளவு சொல்லிய பின்பு எல்லாவற்றையும் சரியாகப் பின்பற்ற வேண்டுமென்ற தீர்மானத்திற்கு வந்தேன். விமானநிலையத்துக்கு வந்து சேர்ந்தோம். எல்லாப் பரிசோதனைகளையும் முடித்து விமானத்தில் ஏறி உட்கார்ந்துக் கொண்டோம். விமானநிலையத்திலிருந்த மசாஜ் செய்யும் 'ஸ்பா'க்களைப் பார்த்த பிறகு தலையின் பாரம் நீண்ட இடைவேளைக்குப் பிறகு நினைவுக்கு வந்து அழுத்தியது. அதைப் பற்றிச் சிந்திக்கக்கூட நேரமில்லாமல் போனதைப் பற்றி அப்போதுதான் உணர்ந்தேன்.

கண்களில் ஏற்பட்ட பிரச்சினை காரணமாக ஒரு வாரத்திற்குக் கண்களுக்கு முழு ஓய்வு கொடுக்க வேண்டுமென மருத்துவர் கண்டிப்பான முறையில் அறிவுறுத்தியிருந்தார். அதனால், விமானத்தில் சினிமா பார்த்தோ புத்தகங்கள் படித்தோ பொழுதைப் போக்க முடியாது என்றானது. அதை நினைத்தால் மலைப்பாக இருந்தது. எப்படித்தான் முப்பது மணிநேரங்களைக் கடக்கப் போகிறோம் என்ற அச்சம் உண்டானது. இசை கேட்கலாம். எவ்வளவு நேரம்தான் கேட்பது? அதிக நேரம் கேட்டால் காதுகளில் வலியெடுக்கும். வாந்தி வருவது போலத் தோன்றும். யாரிடமாவது இதைப் பற்றிச் சொன்னால் "அதெப்படி இசை கேட்டால் வாந்தி வரும்?" என்று ஆச்சரியப்படுவார்கள். "இசை கேட்பதால் வாந்தி வராது. ஹெட்ஃபோனில் தொடர்ச்சியாகக் கேட்டால் வாந்தி வருவது போலத் தோன்றும்" என்று நன்றாக விளக்கிச் சொல்ல வேண்டும்.

கொஞ்ச நேரம் இசை கேட்கலாம். நன்றாகத் தூங்கலாம். ஓய்வெடுக்க நல்ல அவகாசம் கிடைத்திருக்கிறது என்றெண்ணி மகிழ்ச்சியில் மனம் துள்ளிக் குதித்தது. மூன்று வேளையும் எடுக்கும் மாத்திரைகள் ஆழ்ந்து தூங்க கைகொடுக்குமென நம்பியது பொய்த்துப் போனது. மாத்திரையின் வேதிப்பொருட்கள் கரைந்து ரத்தநாளங்களில் புகுந்து எத்தனை வீரியத்துடன் வினைபுரிந்தாலும் தூக்கம் உடலை வெல்ல முடியாமல் தோற்றுப்போயின. நினைத்த மாதிரி தூங்கிக் கொண்டேயிருக்க முடியவில்லை.

காலையில் படுக்கையிலிருந்து தாமதமாக எழுவதுதான் வாடிக்கை. மதியம் வரை விழிக்காமல் நன்றாகத் தூங்க வேண்டுமென முடிவெடுக்கும் விடுமுறை நாட்களில்தான் அதிகாலையிலேயே விழிப்பு வந்துவிடும். எழுந்த பிறகு தூக்கமே பிடிக்காது. மதியம் நன்றாகத் தூங்கலாமென மனது இன்னொரு

திட்டம் போட்டு உடம்பை அதற்காகத் தயார் செய்யும். உடம்பு மனதைவிடக் குறும்பு செய்யும். அதற்குக் கெட்டிக்காரத்தனமும் அதிகம். மனம் ஒரு முடிவை எடுத்தால் உடம்பு கேட்காது. உடம்பு ஒரு முடிவெடுத்தால் மனது அதற்கேற்ப ஒத்துழைக்காது. எலியும் பூனையும் போலச் சண்டை போட்டுக் கொண்டே இருக்கும். விமானத்தில் கொடுத்த போர்வையை உடல் முழுக்கப் போர்த்தி இரவில் தூங்க ஆரம்பித்தேன். ஏதோவொரு கனவு உருக்கொள்வது நிச்சலனமாகத் தெரிகிறது. ஆழ்ந்த தூக்கத்துக்குள் மெல்ல மெல்ல நுழைந்திட யத்தனித்தேன். சின்னதாய் உருக்கொண்டு முதிர்ந்து திரண்ட கனவில் லயிக்க ஆரம்பித்தேன். டுபாண்ட் சர்க்கிள் பூங்காவைச் சுற்றித் திரிந்தது மனம். நினைவுகள் சட்டென முனிர்கா பூங்காவுக்குத் தாவியது. அலையில் தள்ளாடும் தக்கையைப்போல நினைவுகள் மேலும் கீழுமாகத் தத்தளித்தபடி மிதந்தது.

முனிர்காவிலிருந்து காலிசெய்து மூன்று ஆண்டுகளாய் நாட்டின் பல்வேறு இடங்களில் பணி செய்தேன். ஒரு கட்டத்தில் டெல்லியில் பெரிய நிறுவனத்தில் வேலை கிடைத்து செட்டிலானேன். டெல்லிக்குத் திரும்பிய இரண்டு மாதங்கள் கழித்து 'பழனி ஸ்டோர்ஸ்' கடையில் மளிகைச் சாமான்கள் வாங்குவதற்காக வந்தேன். நடைபாதையில் இருக்கும் கடைகள்தான் கண்ணில் பட்டன. கத்திரி சீப்பு உரசிக் கொள்ளும் சத்தம் கேட்டபடியே இருந்தாலும் மோகன் தாகுர் அங்கில்லை.

மஞ்சள் கொன்றை மரங்களின் நிழல் நடைபாதையைத் தாண்டி சாலையிலும் பரவியிருந்தது. கொத்துக் கொத்தாய்ப் பூத்து மலர்ந்து அவிழ்ந்த பொன்னிற மலர்கள். காம்பின் முனையில் மஞ்சள் நிற இதழ்களால் மூடிய மொக்குகள். சரம்சரமாய்க் காய்த்துத் தொங்கிய கறுப்பு நிறக் காய்கள். மஞ்சள் கொன்றை மரங்கள் சுற்றியிருந்த மொத்தச் சூழலையும் அலங்கரித்தன. முடிசூடிய அரசர்கள் நடக்கும் பாதையென மரங்கள் தூவிய மலர்கள் தரையில் கொட்டிக் கிடந்தன. 'நாங்கள் மன்னர்களுமில்லை. இது எங்களின் ராஜபாட்டையுமில்லை' என்னும் நினைப்பில் சிலர் மலர்களின் விரிப்பை மிதித்துச் சிதைத்தபடி கண்டும் காணாமல் அருகிலிருந்த பேருந்து நிறுத்தத்தை நோக்கி நடந்தனர்.

நிழற்குடையின் கீழ் சிலர் அடுத்த பேருந்தை எதிர்நோக்கிக் காத்திருந்தனர். காலையிலேயே கசியத் துவங்கும் சூரியனின் கிரணங்கள் கொதிநிலையைக் கூட்டி உலைகொதிக்கும்

பாத்திரமென உடலைச் சூடேற்றி வியர்வையாக்கி வெளியேற்றின. வியர்வையின் நசநசப்பை வசவுகளால் விரட்ட முயன்று தோற்றனர். பேருந்து நிறுத்தத்தில் அடுத்த பேருந்து வரும்வரை அங்குமிங்கும் பராக்குப் பார்த்தபடி இருந்தனர். அப்போதுதான் பனிக்காலம் பணயக் கைதிகள் போலப் பிடித்து வைத்த மனிதர்களை நடுக்கும் குளிரில் வாட்டியெடுத்துவிட்டுப் போனது. அதற்குள் பனிக்காலத்தின் குளிர்க்காற்று குறைந்து வெய்யிலின் உக்கிரம் நாளாக நாளாக அதிகரிக்கத் தொடங்கியது. மூன்று மாதத்திற்கொரு முறை அரியணை ஏறும் விதமாக ஒப்பந்தம் செய்து கொண்ட ஆட்சியாளர்கள் மாதிரி இயற்கை மாறிமாறி ஆட்சி செய்து கொண்டிருந்தது. மழைக்காலம், பனிக்காலம் முடிந்து கோடைக்காலம் தொடங்கியிருந்தது. நிழற்குடையில் குடியரசு தினத்தின் கொண்டாட்டத்தைப் பற்றிய விளம்பரம் இன்னும் அகற்றப்படாமலிருந்தது. அங்கு காத்திருந்தவர்களில் அடர்சிவப்பு நிறத்தில் உதட்டுச்சாயம் பூசியிருந்த பெண்ணொருத்தி அருகிலிருந்து வரும் முடிவெட்டும் சத்தத்தை ரசித்தபடி நின்றிருந்ததைக் கவனித்தவாறே அனைவரையும் கடந்து நடந்து வந்தேன். வயதான பெண்கள் சிலரைத் தவிர பெரும்பாலும் எல்லோருமே உதட்டுச்சாயம் பூசாமல் இல்லையென்று தோன்றியது.

வயதான சர்தார் ஒருவரின் தலைப்பாகை திரைப்படங்களில் பார்க்கிற மாதிரியோ, வழக்கமாகத் தென்படும் 'சிங்'குகளைப் போலவோ தெரியவில்லை. தலைப்பாகை வெளுத்துப் போய் பழசாகத் தெரிந்தது. அவரின் உருக்குலைந்த நோஞ்சான் தோற்றத்தைப் பார்த்தால் சீக்கியர்களுக்குரிய கம்பீரமான தோற்றமில்லை. வறுமையின் பிடியில் பல வருடங்களாக சிக்கித் தவிப்பவரென்று சொல்லத் தேவையில்லை. அடிக்கடி ஜனசந்தடி மிகுந்த முனிர்காவின் கடைவீதிகளில் அவர் கண்ணில் தென்படுவார். பின்னாளில் அவர் சமார் சாதியைச் சேர்ந்த எஸ்.சி. சீக்கியர் என்று தெரிந்து கொண்டேன்.

ஜாட்டுகள் அதிகமாக வாழும் அந்தப் பகுதியில் பஞ்சாபை பூர்வீகமாகக் கொண்ட சில சமார் குடும்பங்களும் வசிக்கின்றன. எந்நேரமும் சந்தைக்கடை மாதிரி இருக்கும் முனிர்காவின் குறுக்குவீதி முழுக்கக் கடைகள். ஜாட்டுகளோடு பஞ்சாபிகளும் ராஜஸ்தானிகளும் தமிழர்களும் வாழ்ந்து வருகின்றனர் என்பதை அந்தப்பகுதியில் இருக்கும் வியாபாரிகளையும் கடைகளையும் வைத்து எளிதாக ஊகிக்கலாம். இந்தியும் தமிழும் பஞ்சாபியும்

ராஜஸ்தானியும் சில பழங்குடி பாஷைகளும் கேட்டுக் கொண்டேயிருக்கும்.

அந்த வீதியில் இரண்டு திருமண மண்டபங்கள் உண்டு. கல்யாண ஊர்வலமும் மேளச்சத்தமும் நடனமும் அவ்வப்போது கோலாகலமாக நடக்கும். ஹோலி கொண்டாட்டத்தில் பல நிறங்களில் மனிதர்களும் வெவ்வேறு வண்ணங்களும் கலந்து சேறும் சகதியுமாகும் வீதி, அடுத்தநாளே மறுபடியும் பழைய நிலைக்குத் திரும்பிவிடும். அண்ணாந்து உச்சியில் பார்த்தால் வானத்தின் சிறு துண்டுகூட தெரியாத மாதிரி நெருக்கமாக நிமிர்ந்து நிற்கும் பழைய கட்டடங்கள். அந்த வீதியில் கட்டடங்களின் கீழ்த்தளம் முழுக்கக் கடைகள். நான்கு அல்லது ஐந்து மாடிகள் கொண்ட மேல் தளங்களில் மக்கள் குடியிருக்கும் வீடுகள். காற்று கூட புகுந்து செல்லத் திணறும் வீதி. சிலந்தி வலையைப் போல ஒன்றோடொன்று பின்னிக்கிடக்கும் மின்சார வயர்களும், கேபிள்களும் கட்டடங்களுக்கு இடையில் தோரணங்கள் போல காட்சியளிக்கும். வீதி முழுக்க கடைகளும் வியாபாரங்களும் எந்நேரமும் ஜோராக நடக்கும். அந்த வீதியில் ஒருவரையொருவர் இடித்துக் கொள்ளாமல் நகர்வதற்கு சாமர்த்தியம் வேண்டும். பனிக்காலத்தில் சாலைகளில் வீசும் பனிக்காற்றுக்குப் பயந்து எல்லோரும்கடைவீதிக்குள்நுழைவது வாடிக்கை. பனிக்காலத்திலும் வீதிக்குள் நுழைந்ததும் வீசும் மெல்லிய வெப்பக்காற்று இதமாக இருக்கும். கோடைக்காலத்தைக் கடப்பது விதிக்கப்பட்ட சிறைத்தண்டனையைக் கழிப்பது போல. கோடைக்கால இரவுகளில் கடைகளில் தொங்கும் மஞ்சள் குண்டுபல்புகளின் வெப்பமும் வீதியின் வெப்பத்தைக் கூட்டும். கடைக்கொரு ஏர்கூலர் இருக்கும். கடைக்குள் இருக்கும் ஏர்கூலரிலிருந்து வரும் ஈரமான காற்றிலிருந்து சற்று விலகினாலும் வெளியில் வீசும் வறண்ட காற்று சாபத்தை அள்ளி முகத்தில் எறிவதைப் போல வெக்கையை வீசும்.

டெல்லியின் மற்ற பகுதிகளைவிட வாடகை குறைவு என்பதாலும் தமிழ் உணவகங்கள் இருப்பதாலும் சென்னை நண்பர்களின் வழிகாட்டலில் முனிர்காவுக்கு குடிவந்ததாக நண்பர்கள் சொன்னார்கள். அங்குச் சென்றது எவ்வளவு நல்லதென்று சிலநாட்கள் கழிந்த பிறகுதான் தெரிந்தது. ஆர்.கே.புரம் தமிழ்ச்சங்கமும், முருகன் மலைமந்திரும் இரண்டு பேருந்து நிறுத்தங்களுக்கு இடைப்பட்ட தூரம்தான். நாங்கள் இரண்டு இடங்களுக்கும் பெரும்பாலும் நடந்து செல்வது வழக்கம். நடந்து செல்லும்போது தென்படும் முடிவெட்டும் காட்சிகள் வினோதமாக

இருக்கும். 'சர்சர்'ரெனச் சாலையில் விரையும் வாகனங்கள். கும்பல் கும்பலாய் சாலைகளைக் கடக்கும் மக்களின் பின்னணியில் அந்தக் கடைகள் அவற்றின் போக்கில் இயங்கிக் கொண்டிருந்தன. டெல்லி சென்ற புதிதில் மிகவும் வேடிக்கையாக அவற்றைப் பார்த்துக் கொண்டே நடந்தேன். நாட்டின் தலைநகர் டெல்லியின் வீதிகளில் இப்படியொரு காட்சியை மனிதர்களின் வாழ்க்கை அதிர்ச்சியாய் இருந்தது.

மளிகைச் சாமான்களை வாங்கி முடித்த பின்பு முனிர்காவின் அக்கா மெஸ்ஸுக்குச் செல்ல வேண்டுமென்று மனசு தவித்தது. இடைப்பட்ட மூன்று ஆண்டுகளில் முதலாளி அக்காவுக்கு வயது கூடி நரைத்திருந்தது. எங்களுக்கு எப்போதும் சோறு பரிமாறும் 'சோட்டு' அர்விந்த் அங்கில்லை. கைகழுவச் சென்ற இடத்தில் கண்ணாடியில் நான் இன்னும் இளமையாகத் தெரிந்தேன். எனக்கு மிகவும் பிடித்த சாம்பார் இட்லியும் முட்டைத் தோசையும் ஆசை தீரத் தின்றுவிட்டு கிளம்பினேன்.

சாப்பிட்டுவிட்டு நிறைய தண்ணீர் குடித்ததால் காரில் வீட்டுக்குத் திரும்பிச் செல்லும் போதே சிறுநீர் முட்டிக் கொண்டு வந்தது. சிறுநீர் கழிக்கலாமென்று கார் இருக்கையிலிருந்து எழ முயன்று முயன்று பார்த்தும் முடியவில்லை. எழ முடியாதவாறு இடுப்பை ஏதோ பற்றி இழுக்கிறது. சீட் பெல்ட் போலக் கையில் தென்படுகிறது. 'நான் எப்போதும் காரில் இடுப்புக்கு சீட் பெல்ட் போட்டதில்லையே' என்ற சந்தேகத்தில் சிறுநீரின் முட்டலில் கஷ்டப்பட்டு கண்களைத் திறக்க முயற்சித்தேன். ஏதோ சத்தம் கேட்க விழித்துக் கொண்டேன். எல்லா விளக்குகளும் அணைக்கப்பட்டு இருள் சூழ்ந்திருந்த விமானம் சீராகப் பறந்து கொண்டிருந்தது. எல்லோரும் அவரவர் இருக்கைகளில் பல கோணங்களில் உறங்கியபடிக் கிடந்தனர்.

★

4

சப்தம் கேட்டு விழித்தேன். எழுந்து ஒவ்வொரு இருக்கையாகப் பிடித்துக் கொண்டு தூக்கக் கலக்கத்தில் தள்ளாடித் தடுமாறி நடந்து சிறுநீர் கழித்து வந்து மீண்டும் படுத்துக் கொண்டேன். சிறிது நேரத்திலேயே கனவுகள் மேலெழுந்து வந்தன. தலைமுடி பற்றிய கனவுகள்தான் அதிகமாக வருகின்றன எனத் தோன்றியது. உடல் எழுந்து கொண்டாலும் மனதை முழுமையாக விழிக்கவிடாமல் கண்களை மூடுகிறேன். இன்னதென்று அறியமுடியாத குழம்பிப் போன நினைவுகள் ஒன்றோடொன்று கலந்து மிதந்தன.

பரந்த சமதளப் பரப்பில் ஓடும் நதியைப் போல மனம் எவ்விதமான சப்தமும் எழுப்பாமல் காட்சிகளோடு மட்டும் ஓடிக் கொண்டேயிருக்கிறது. சில இடங்களில் பாறைகளின் கூரான முனைகள் தடுத்தும் தன் ஆற்றல் மொத்தத்தையும் திரட்டி அதனை மூழ்கடித்துவிட்டுப் பாய்ந்து ஓடுகிறது. நுரைபொங்கி பாய்ந்தோடும் பாய்ச்சல் காட்சியளிக்கிறது. நதியின் பிரவாகத்தை நேரில் கண்டால் உண்டாகுமே இரைச்சல், சலசலப்பு சத்தம் எதுவும் கேட்கவில்லை. கண்களால் பார்க்க முடிவதைக் கேட்க முடியாதது விசித்திரமாக இருந்தது.

தலையைப் பற்றிய சிந்தனைகள் பாரமாய் அழுத்தி அவ்வப்போது அழுக்கேறி அரிப்பெடுக்கும் முடியைப் பற்றிய யோசனைகள் என் நினைவுகளை உசுப்புகிறது. சொறிந்து கொண்டேன். அரிப்பு அடங்காததால் இன்னொருமுறை அழுத்திச் சொறிந்ததும் வலித்தது. நகக்கண்களில் மாவைப்போலத் திரண்ட அழுக்கு நுழைந்து நகங்கள் கறுப்பாகக் காட்சியளித்தன. நகங்களில் திரண்ட அழுக்கு போல நினைவுகளும் திரண்டு திரண்டு நீரின் அடியில் தேங்கிக் கிடக்கும் தூரைப் போலக் கனக்கிறது.

ஆழ்மனது தேங்கிக்கிடப்பவற்றைக் கலக்கிவிட்டு, கலங்கிய நினைவுகளை நிதானமாக மேலே மிதக்கவிடுகிறது. நேரமாக

நேரமாக நினைவுகள் இருட்டுக் குகைக்குள்ளிருந்து வரும் மிருகத்தைப் போலத் துல்லியமாகவும் துலக்கமாகவும் தெரிகின்றன. மேலெழுந்து மிதக்கும் நினைவுகளைக் குளிருக்கு இதம் தரும் அனலைப் போல மூட்டி மூட்டிக் குளிர்காயலாம் என்று திட்டமிட்டவாறிருக்க மனது மெல்ல மெல்ல நினைவுகளுக்குள் மூழ்குகிறது.

“குட்டி நீ வர்லன்னா நாங்க இனிமே ரித்விக்கைத்தான் ஓப்பனிங் பேட்ஸ்மேனா நம்ம டீம்லேர்ந்து எறக்கப் போறோம். இன்னா சொல்ற?”

“டே...ய் சுந்தரு, என்னாண்டயே ஓங்க டகால்டி வேலையக் காட்றீங்களா? நான் மேட்ச் வின் பண்ணிக் கொடுத்தப்பல்லாம் எவனும் பேசல. இப்ப எனக்கே சொருகுறீங்களா?”

“எப்பப் பாத்தாலும் கடை வேலைன்னு திர்ஞ்சுட்டு என்னிக்காவாது ஒருநா மேட்ச்க்கு வந்தா டீம்ல எவனும் ஒத்துக்க மாட்டானுங்க. அத்னால நீ என்கையில சொல்ற மாதிரில்லா நான் சொல்ல முடியாது. புரிதா?”

“லாஸ்ட் அஞ்சு மேட்ச் வர முடியலன்னு என்னிய டார்கெட் பண்றீங்களா?”

“டீம் முக்கியம்டா. ஒரு மேட்ச் வந்து இன்னொன்னு வரலின்னா ஃபார்ம்ல இருக்குறவன ஓப்பனிங் எறக்குறதுதான் கரெக்டு. நாங்க பேசி ஒரு முடிவெடுத்தாச்சு. இனிமே ரித்விக்கைத்தான் ஓப்பனிங் பேட்ஸ்மேனா நம்ம டீம்லேர்ந்து எறக்கப் போறோம்.”

“அப்போ அவன வச்சே நீங்க மேட்ச் ஆடிக்கோங்க. சண்டே மேட்ச் வச்சா என்னால வரமுடியாதுன்னு ஒனக்குத் தெரியாதா? ங்கோத்தா... நான் ஒங்க டீமுக்கும் வரல. ஒரு கூதிக்கும் வர்ல.”

“மச்சி, புரிஞ்சுக்க மச்சி. நீ டீம்ல இருக்கடா. நீ எந்த மேட்ச்சுக்கு வந்தாலும் அப்ப நடக்குற சிட்சுவேஷன பாத்து ஒன்னியோட பொசிஷன முடிவு பண்ணலாம் மச்சி”

“போடா பாடு... ஒரு மயிரும் வேணாம். இனிமே கடைக்கு கிரிக்கெட் பாக்கவும் எவனும் வரக்கூடாது.”

குட்டி கோபத்தோடு பேசினாலும் அவன் உள்ளத்தில் தான் சிறுவயதிலிருந்து ஆடிய சூளைமேடு சூப்பர்மேன் அணியிலிருந்து விலகிச் செல்வது மிகுந்த மனவேதனையைக் கொடுத்தது. ஆறாம் வகுப்பு படிக்கும்போது நண்பர்களோடு சேர்ந்து அந்த கிரிக்கெட்

அணியை உருவாக்கியதில் அவனுக்கும் முக்கியப் பங்குண்டு. துவக்கத்திலிருந்தே ஆல்ரவுண்டராக பேட்டிங் பவுலிங் ஃபீல்டிங் என எல்லாவற்றிலும் குட்டி தன் திறமையை வெளிப்படுத்தினான். எதிர் அணியில் இருப்பவர்கள் இவனை அவுட் ஆக்கிவிட்டால் கொண்டாடுவார்கள். சூளைமேடு அணியில் அந்த அளவிற்குக் குட்டி சிறந்த ஆட்டக்காரனாக இருந்தான். சூப்பர்மேன் அணியில் 'சக்திமான்' என பேரெடுத்தவனை இன்று அணியிலிருந்து ஓரம் கட்டுகிறார்கள் என்பதை நினைத்துப் பார்க்கும் கணமெல்லாம் தன் நெஞ்சு கொதிப்பதை உணர்ந்தான். சுந்தர் வந்து சொல்லிவிட்டுச் சென்ற பிறகு அவனுக்கு அழுகையே வந்துவிட்டது. கண்கள் கசிய கண்களைத் துடைத்துக் கொண்டிருந்தான். அப்போது அந்த வழியாகப் போய்க் கொண்டிருந்த நான் குட்டியை கவனித்தேன். சூம்பிய பூசணிக்காயைப் போல முகம் வதங்கி வாடியிருந்தது. கண்கள் சிவப்பான இரண்டு கோலிக்குண்டுகளைப் போல இருந்ததைக் கண்டு எனக்கு ஒருமாதிரியாகிவிட்டது.

"என்ன குட்டி, இங்க நிக்குற? என்ன ஆச்சு?"

"ஒன்னும் இல்லண்ணா. என் ஃப்ரெண்டு வந்தான். அவனாண்ட பேசினு இருந்தேன்."

"ஏன் ஒருமாதிரி இருக்குற? ஏதும் பிரச்சினையா?"

"இல்லைண்ணா. அதெல்லாம் இல்லை."

"வா... நான் கடைக்குத்தான் போறேன். டீ சாப்பிட்டுட்டு போலாம்."

"இல்லண்ணா. ஓனர் திட்டுவாரு. நான் கெளம்புறேன்."

"குட்டி, ஒரு டீயைக் குடிச்சுட்டுப் போ. நான் ஒங்க ஓனர்கிட்ட சொல்லிக்கிறேன்."

"இல்லண்ணா. கஸ்டமர்ஸ் நெறைய பேரு வெயிட்டிங்ல இருப்பாங்க. நான் கெளம்புறேன்."

சொல்லிவிட்டு என் பதிலுக்குக் காத்திராமல் விறுவிறுவெனப் போய்விட்டான். நான் கடைக்குள் சென்றேன். மூன்று பேர் காத்திருந்தனர். அந்தக் கடையின் முதலாளி சுந்தரம் ஒரு வாடிக்கையாளரின் தலையில் கவனம் குவித்துத் தன் வேலையில் மூழ்கியிருந்தார்.

நான் வந்ததைப் பார்த்ததும் "உட்காருங்க சார். இப்போ முடிஞ்சுரும்." என்றார்.

“இன்னும் மூனு பேரு இருக்காங்க. நான் போய் ஒரு டீ குடிச்சுட்டு வந்துரட்டுமா?” என்று கேட்டேன்.

“ஆங். போய்ட்டு வாங்க சார். கால்மணி நேரத்துல முடிஞ்சுரும்.”

சனிக்கிழமை மதிய நேரம் என்பதால் கடையில் கொஞ்சமே கூட்டம் இருந்தது. சுந்தரம் முடிவெட்டிக் கொண்டிருந்த அந்த வாடிக்கையாளரை முடித்ததும் அடுத்த இரண்டு வாடிக்கையாளர்களும் அவரிடம்தான் போவார்கள். குட்டி ஒரு வாடிக்கையாளரிடம் தன் வேலையை இப்போதுதான் ஆரம்பித்திருக்கிறான். ஒரு வாடிக்கையாளர்தான் குட்டியிடம் செல்வார். அப்படியென்றால் நான்காவது ஆளான நான் குட்டியிடம்தான் செல்ல வேண்டும். எனக்கு உள்ளூர மகிழ்ச்சி. டீக்கடையில் டீயைக் குடித்துவிட்டு வந்து கடைக்குள் நுழையும் முன்னே ஆடிக் கொண்டிருந்த சிறுநெல்லி மரத்திலிருந்த இளம்பச்சை நெல்லிக்காய்கள் கவனத்தை ஈர்த்தன. அந்தக் கொப்பைப் பிடித்து உலுக்கியதில் மூன்று நெல்லிகள் உதிர்ந்து விழுந்து மண்ணில் உருண்டன. எடுத்துத் துடைத்துப் பார்த்ததில் மண் இல்லையென்று உறுதியாய்த் தெரிந்தாலும் ஊதிவிட்டுத் தின்றுகொண்டே கடைக்குள் நுழைந்தேன். வழக்கம் போல நெல்லியைத் தின்று முடித்ததும் உள்ளிருந்தச் சிறு கொட்டையையும் கடித்துத் தின்றேன். அரைத்துத் தின்றதும் துவர்ப்புச் சுவையில் வாயெல்லாம் கமழ்ந்தது. சுந்தரம் அண்ணன் என்னைப் பார்த்துச் சிரித்தார். நானும் பதிலுக்குச் சிரித்துவிட்டு உட்கார்ந்தேன்.

“இதெல்லாம் தின்னு பல வருஷம் ஆயிருச்சுங்கண்ணே.” என்று அவராக எதுவும் கேட்காவிட்டாலும் நானே சொன்னேன்.

சுவர்களுக்குப் பூசப்பட்டிருந்த நெல்லிப் பச்சைநிற வண்ணம் கண்களைக் கவர்ந்தது. கடை முழுக்கக் குளிர்ச்சி நிரம்பியிருந்ததாய்த் தோன்றியது. எதிரிலிருந்த கண்ணாடியில் பார்த்து நெற்றிமீது சுருண்டு விழுந்த முடியைக் கையால் பக்கவாட்டில் நீவிவிட்டேன். நிறைய வளர்ந்திருந்ததைப் போலத் தோன்றியது. மீசையைக் கைகளால் வருடி அதன் இரு முனைகளையும் கீழ்நோக்கித் தடவிவிட்டேன். தாடி கொஞ்சம் வளர்ந்திருந்தது. முடிவெட்டிக் கொண்டு அறைக்குச் சென்றதும் சவரம் செய்து கொண்ட பிறகுதான் குளிக்க வேண்டும். கல்லூரியிலிருந்தே தானாகச் சவரம் செய்து கொண்ட பழக்கம் நிறைய செலவை மிச்சப்படுத்துகிறது என்று அவ்வப்போது தோன்றும். மீசையைத் திருத்தம் செய்வதுதான் வரவே மாட்டேன் என்கிறது. ஒவ்வொரு ஏரியாவில் குடியிருக்கும்

போதும் மீசையை நன்றாகத் திருத்தம் செய்யும் சலூன் கடைக்காரர் கிடைத்துவிட்டால் மனதில் பெரும் நிம்மதி உண்டாகும். சூளைமேட்டில் இருந்த சலூனில் குட்டியிடம் ஒருமுறை வெட்டியதிலிருந்து எப்போதும் குட்டிதான்.

குட்டியைப் பார்த்துக் கொண்டே அவன் தலைக்கு மேலே இருந்த தொலைக்காட்சிப் பெட்டியைக் கவனித்தேன். கடைக்குள் வந்ததிலிருந்து விளம்பரங்கள் ஓடிக் கொண்டிருந்ததால் கவனிக்கவில்லை. தொலைக்காட்சிப் பெட்டியில் சினிமா பாட்டு ஓடிக் கொண்டிருந்தது. சமீபத்தில் வந்த புதுப்படத்திலிருந்து நல்ல மெலடி பாட்டு. கேட்பதற்கு இனிமையாக இருந்தது. கதாநாயகன் சிறுகுழந்தையைப் போல "ஆராரிராரோ..." என்று தாய்க்குத் தாலாட்டு பாடிக் கொண்டிருந்தான். பசுமையான பின்னணியில் கொடைக்கானல் முழுக்கக் காட்சிப்படுத்தப்பட்டிருந்தது. அடுத்த பாடல் கோயிலைச் சுற்றிச் சுற்றிக் கதாநாயகனும் கதாநாயகியும் பாடிக் கொண்டிருந்த 'டிங் டா...ங் கோயில்மணி...' பாடல் முடிந்ததும் இடையில் வருகிற இளைஞன் பேசுவதுதான் எரிச்சலாக இருந்தது. விளம்பரங்கள் வரும்போது அருகில் கிடந்த பத்திரிகைகளைப் புரட்டினால் டீக்கடையில் வாசித்த அதே பத்திரிகைகள்தான். ஒவ்வொரு செய்தியையும் முழுமையாகப் படிக்கத் தொடங்கினேன். பாடல் முடிந்து மறுபடியும் விளம்பரங்கள் தொடர்ந்ததும் மீண்டும் பத்திரிகைகளைப் புரட்டி வாசிக்க ஆரம்பித்தேன்.

இரண்டு பேருக்கும் வெட்டி முடித்துவிட்டு சுந்தரம் வெளியில் சென்றார். ஒருவர் மட்டும்தான் பக்கத்தில் உட்கார்ந்திருந்தார். 'பக்'கென்றது. குட்டியும் அவனது வாடிக்கையாளரை முடிக்கும் தருவாயில் இருந்தான். அவரை முடித்துவிட்டால் பக்கத்தில் உட்கார்ந்திருக்கும் எனக்கு முன்பு வந்த வாடிக்கையாளரைக் குட்டி அழைத்துக் கொள்வான். சுந்தரம் திரும்பி வரும்போது நான் மட்டும்தான் இருப்பேன். சுந்தரத்திடம்தான் போக வேண்டும். எனக்குள் ஊறிக் கிடந்த மகிழ்ச்சி வற்றிவிட்டது. சுந்தரம் தலையை நன்றாக வெட்டிவிடுவார். ஆனால் மீசையை ஒதுக்குவதற்கு அவ்வளவாக வராது. மீசையை ஒதுக்கிவிடும் அவரின் பாணி அறவே பிடிப்பதில்லை. அதனாலேயே அவரிடம் முடிவெட்டும் சமயம் "மீசையை எதுவும் சரிசெய்ய வேணாம். அதை மட்டும் டச் பண்ணாதீங்கண்ணா" என்று எச்சரிக்கையோடு ஆரம்பத்திலேயே சொல்லிவிடுவேன். குட்டி தலையையும் நன்றாக வெட்டிவிடுவான். மீசையையும் பிரமாதமாகத் திருத்திவிடுவான். மீசையை அங்கும்

இங்கும் கத்தரித்துவிட்டு முகத்திற்கு முன்னால் வந்து நின்று ஒருமுறை பார்ப்பான். அவனுக்குத் திருப்தி ஏற்படும் வரை ஒவ்வொரு முடியாக அளந்து அளந்து கத்தரிப்பான். அவ்வப்போது புதுப்புது ஸ்டைலில் முடிவெட்டுவான். அந்த மாதத்தில் எது ஃபேஷன் என்பதை அவனே பரிந்துரைப்பான். எந்தெந்தக் காலத்தில் எது எது ஃபேஷன் என்பது அவனுக்கு அத்துப்படி.

இவ்வாறு நினைத்துக் கொண்டிருந்த சமயத்தில் சுந்தரம் கடைக்குள் நுழைந்தார். பக்கத்தில் உட்கார்ந்திருக்கும் எனக்கு முன்பு வந்த இளைஞனை அழைத்துக் கொண்டார். அந்த இளைஞன் எழுந்து போனதும் மறுபடியும் பழைய உற்சாகம் தொற்றிக் கொண்டது. நானொருவன் மட்டுமே உட்கார்ந்திருந்தேன். குட்டியைப் பார்த்தேன். வெளியில் பார்த்தபோது களையிழந்திருந்த முகம் இப்போது தீவிரத்தோடு இயங்கியது. அடர்ந்த இமைகளுக்கிடையில் சிவந்திருந்த கண்கள் அங்குமிங்கும் சுழன்றன. உதட்டைக் குவித்து வாடிக்கையாளரின் உச்சந்தலையில் கண்கள் பதிந்திருந்தன. சுந்தரத்தின் முன்பு இருந்த வாடிக்கையாளர் பேசுவது கேட்டுத் திரும்பினான்.

"அண்ணா, நீட்டா வெட்டிவிடுண்ணா. நாளான்னிக்கு இண்டர்வியூக்குப் போகணும்." கல்லூரிப் படிப்பை முடித்து விடுதியை விட்டு வெளியில் வந்ததுமே நண்பர்களோடு சேர்ந்து வேலை தேடத் தொடங்கிய நேரம் அது. குடும்ப நிலவரத்திற்காக மட்டுமில்லாமல் என்னுடைய நிலையையும் காப்பற்றிக் கொள்வதற்காகவேனும் வேலை வேண்டுமென்று மிகத் தீவிரமான நிலையில் இருந்தது மனம்.

"ஆஃபிசர் கட்டிங் வெட்டிரவா?" என்று சுந்தரம் கேட்டார்.

"அப்படியே வெட்டுண்ணா" என்றான் அந்த இளைஞன்.

"எண்ணோவ், இப்பல்லாம் ஸ்டைலா வெட்டிட்டுப் போனாத்தான் இண்டர்வியூல செலக்ட் பண்றானுங்கோ. பழைய காலத்து ஆள் மாதிரி மொழுக்கட்டின்னு போனின்னா, போய்யா வெளியிலன்னு தள்ளி விட்றானுங்கோ. டைடல்பார்க் பக்கம் போய்ப் பாரு. ஆஃபிஸ் போறவன்லாம் எவ்ளோ ஸ்டைலா போறான்னு. என்னியப் பாத்தியா. தோனி ஸ்டைல். என்னாண்ட வா. ஒனக்கு நான் கட் பண்றேன். நீ இண்டர்வியூல செலக்ட் ஆய்டுவ. வந்து ஒன் கையாலியே எனக்கு ட்ரீட் வக்கிறியா இல்லையான்னு மட்டும் பாரு." என்று வழக்கமான வாடிக்கையாளன் என்பதால் அவனைக் கேலிசெய்து வம்புக்கிழுத்தான் குட்டி. நிஜமாகவே கிரிக்கெட் வீரர் தோனியைப் போல அவன் முடி வளர்த்திருந்தான்.

“தோனி ஸ்டைலாம். இதெல்லாம் எங்க தாத்தா காலத்துலேயே பிரபலம். பாகவதர் ஸ்டைல்.” என்று அவனைப் பார்த்து சுந்தரம் சொன்னார்.

“மாமா, இது பாகவதர் ஸ்டைல் இல்ல. பாகவதர் ஸ்டைல்னா தலைய அமுத்தி வாரிக் கீழ பின்கழுத்தாண்ட வளைச்சு விட்ருக்கணும். இது தோனி ஸ்டைல். இன்னா புரிதா”

“எந்த ஸ்டைலுன்னா இன்னா. பழைய ஸ்டைலுல அங்க இங்கன்னு கொஞ்சம் மாத்திக்கிட்டா அது புதுசுன்னு பாப்புலராய்டும். பழசுலதாண்டா புதுசே இருக்கு.”

“சிந்தாதிரிப்பேட்டை டீம்ல பிரபான்னு ஒருத்தன். இதே மாதிரி ஹேர்ஸ்டைல் வச்சுருக்கான் மாமா.”

“எப்பவும் கிரிக்கெட்டு கிரிக்கெட்டுன்னு நாள்பூராம் கெடந்து சாகுங்கடா பாடுகளா. இந்த நாட்டையே நாசமா ஆக்குறதுல கிரிக்கெட்டும் ஒன்னு. நாங்கள்லாம் எப்பவும் ஃபுட்பால்தான் வெளாடுவோம். இப்ப இருக்குற பசங்க ரொனால்டோ மாதிரி வெட்டுன்னு வந்து நிக்கிறானுங்க. ஒருத்தனுக்குத்தான் நான் வெட்டிவிட்டேன். அது ஃபேமஸாகி எங்களுக்கு ரொனால்டோ மாதிரி வெட்டுன்னு அடுத்தடுத்து அஞ்சு பேரு வந்து நிக்றானுங்கோ. வெட்டி முடிச்சதும் அவனுங்க சந்தோஷத்தப் பாக்கணுமே.”

“எனக்கும் ரொனால்டோ பிடிக்கும் மாமா. வீட்ல நெறைய தோனி, ரொனால்டோ போஸ்டர் வச்சுருக்கேன்.”

“அதைவிட நெறைய புள்ளையாண்டான் இப்போ ஒரு புது நடிகர் வந்துருக்கானே. அவனை மாதிரியே கட் பண்ணச் சொல்றானுங்க.”

“யாரு? ஆர்யா மாதிரியா?”

“ஆங். ஆர்யாதான். என்ன படம் அது?”

“அறிந்தும் அறியாமலும்”

“ஆ...ங். தீப்பிடிக்குதுன்னு ஒரு பாட்டு வருது. அதைச் சொல்லித்தான் அப்படியே கட்டிங் பண்ணச் சொல்றானுங்க. அந்தப் போஸ்டர் வாங்கியாந்து கடையில ஒன்னு வை.”

“மத்யானம் சாப்பிடப் போகச் சொல்லோ நானே வாங்கியாரன்.”

குட்டியிடம் முடிவெட்டிக் கொண்டு அறைக்குச் சென்று குளித்து முடித்துவிட்டு மதிய சாப்பாட்டுக்காக சாந்தி மெஸ்ஸை நோக்கி

நடந்தேன். முடிவெட்டியதால் தலையில் பாரம் குறைந்த மாதிரி இருந்தது. சூளைமேட்டின் சாலைகளில் வாகனங்கள் போவதும் வருவதுமாக மதியநேரத்திலும் நெரிசலாக இருந்தது. நடந்து வந்ததில் முதுகில் சிறு புள்ளியாய்த் துளிர்த்த வியர்வை பெருக்கெடுத்து ஒன்றோடு ஒன்று இணைந்து சட்டையில் ஒட்டியது. பின் கழுத்தும், காதின் பின்புறமும் எரிச்சல் உண்டானது. வேன் ஒன்று மிகவேகமாக அந்தக் குறுக்குச் சந்தில் என்னைக் கடந்து சீறிப் பாய்ந்து சென்றது. அதில் அடித்த பலத்த காற்று மோதியதில் எழுந்த புழுதியிலிருந்து காப்பாற்றிக் கொள்ள அனிச்சை செயலாய்க் கைகளால் கண்களை மறைத்து ஓரத்தில் ஒதுங்கி நின்று கொண்டேன். அதிவிரைவாய் ஏதோவொன்று என்னை உரசியபடிக் கடந்து ஓடியதில் கால்களில் திக்கென்று நடுக்கம் கண்டது. வேனைப் பின்னாலேயே துரத்திக் கொண்டு தெரு நாய் குரைத்தபடி ஓடியது. தெரு நாயின் குரைப்புக்குப் பதில் சொல்லும் விதமாக ஒரு வீட்டின் உள்ளேயிருந்து வளர்ப்பு நாயின் குரைப்பும் தொடர்ந்து கேட்டது. குரைப்புச் சத்தத்தின் ஊடே இரும்புச் சங்கிலியின் ஒலியும் கேட்டது. தெரு நாய் தூரமாக குறுக்குச் சந்தின் முனை வரை ஓடி மறைந்த சிறிது நேரம் கழித்துத்தான் எனக்குள் உண்டான நடுக்கம் குறைந்தது.

தலையைத் தழுவிச் சென்ற காற்று இதமாக இருந்தது. கவனமாகவும் மெதுவாகவும் ஓரமாகவே நடந்து சென்ற வழியில் செம்பருத்திப் பூவொன்று முகத்தில் பட்டு வருடியது. ஒரு வீட்டின் முன்பு முளைத்திருந்த செடி அது. சாலையில் கிளைத்து அசைந்து ஆடியதில் அதன் நிழலும் அங்குமிங்கும் நகர்ந்தபடி இருந்தது. இரண்டுமாடிக் கட்டடத்தின் உயரத்தை மீறி வளர்ந்து சாலையை நோக்கி வளைந்திருந்த தென்னை மரத்தின் நிழலும் செம்பருத்தி நிழல்மீது விழுந்து கிடந்தது. இணைந்து கலந்திருந்த நிழலில் எது எதனுடையது என்ற அடையாளம் இல்லை. தரையில் வெறும் நிழலே அங்குமிங்கும் அசைந்து கொண்டிருந்தது. வேறுவேறாகப் பிரிந்து தெரிந்த தனி நிழல்களில் செம்பருத்தியும் தென்னையும் தத்தம் அடையாளங்கள் காட்டி நின்றன. செம்பருத்தியின் அடர்பச்சைக் கிளையை வலதுகையில் பிடித்துக் கண் முன்னே இழுத்து உற்றுப் பார்த்தேன். மஞ்சள் தண்டும் மகரந்தத் தூளும் நடுவில். செக்கச்சிவந்த நிறத்தில் இளம் இதழ்கள் மிருதுவாக இருந்தன. பறிக்க மனமில்லாமல் விட்டதும் வீட்டுக் காம்பவுண்டுச் சுவரில் மோதி மறுபடியும் சாலையை நோக்கி வந்து இலைகளும் ஒற்றைப்பூவும் குலுங்கி ஆடின.

சுந்தரம் சலூன் கடையைத் தாண்டியபோது சுந்தரம் யாருக்கோ முடிவெட்டிக் கொண்டிருந்தது மங்கலாகக் கண்ணாடிக்குள் தெரிந்தது. குட்டி உள்ளுக்குள் இருப்பது தெரியவில்லை. கடையின் முன்னாலிருந்த அருநெல்லி மரத்தின் இலைகள் கடையின் பெயர்ப்பலகையையும் கடையின் முகப்பின் ஒரு பகுதியையும் மறைத்துக் காற்றில் லேசாக ஆடின. செம்பருத்தியின் நினைவுகளோடு நடந்த என்னுள் சிறுநெல்லியின் பச்சையும் இணைந்து மனசுக்குள் குளுமை சேர்த்தது. அப்போதுதான் குளித்துவிட்டு வந்திருந்ததால் வியர்வை வழிந்து சட்டை நனைந்துவிட்டது. பின் தலையின் ஓரத்தில் வழிந்து கழுத்துக்குள் இறங்கிய போது சுறுசுறுவென்றிருந்தது. தலைக்குள்ளும் வியர்வை நீர் வழிந்து கொண்டிருந்தது. கைக்குட்டையை எடுத்து அழுத்தி நெற்றியைத் துடைத்தேன். ஹோட்டலுக்குள் நுழையும்போதே குட்டி சாப்பிட்டுக் கொண்டிருந்தது தெரிந்தது. அவன் எதிரில் ஓர் இருக்கை காலியாக இருந்தது. அங்குப்போய் உட்கார்ந்ததும் கடைக்காரர் இலையைப் போட்டுத் தண்ணீர் தம்ளரை முன்னே வைத்தார்.

"குட்டி, ஆச்சரியமா இருக்கு. இன்னைக்கு ஹோட்டலுக்குச் சாப்பிட வந்திருக்க."

"ஆமாண்ணா. அம்மாவுக்கு ஜொரம். அதான் வீட்ல எதுவும் செய்யல. கடைக்கு வந்துட்டேன்."

"ஓ! அம்மாவுக்கு என்ன ஆச்சு?"

"சாதாரண ஜொரம்தாண்ணா. நீங்க டெய்லி ஹோட்டல்லதான் சாப்பிடுவீங்களாண்ணா?"

"இல்ல. எங்க மெஸ்ஸுலதான் சாப்பிடுவேன். முடி வெட்டிட்டுப் போறதுக்குள்ள இன்னைக்கி லேட்டாயிருச்சு. அதனால ஹோட்டலுக்கு வந்துட்டேன்." என்று சொல்லிக் கொண்டிருக்கும்போதே கடைக்காரர் என் இலையில் ஒரு கோப்பைச் சோற்றை அள்ளி வைத்து சாம்பாரை ஊற்றினார்.

"மெஸ்ஸு சாப்பாடு நல்லா இருக்குமா?"

"நல்லா இருக்குதோ நல்லா இல்லையோ. பேச்சிலருக்கு மெஸ்ஸை விட்டா வேற வழி." என்னைக் கடந்து சென்ற கடைக்காரரை அழைத்து, "வெங்காயம் நெறைய போட்டு ஒரு ஆம்லேட் கொண்டாங்க." என்றேன். சில நொடிகளில் ஏதோ ஞாபகம் வந்தவனாக, "இன்னொரு ஆம்லேட்டும் கொண்டாங்க. இந்தத் தம்பிக்கு வச்சிருங்க" என்றேன்.

“அண்ணா எனக்கு வேணாங்கண்ணா. இதுவே போதும்” என்று வேகமாக மறுத்தான்.

“நீ சாப்பிடு. ஆம்லேட்டுக்கு நான் காசு தர்றேன்.” என்று சொல்லியும், “இல்லை பரவாலண்ணா. ஆம்லேட் வேணாம்ண்ணா” என்று மறுபடியும் மறுத்தான். அவன் கூச்சப்படுகிறான் என்று புரிந்தது.

“பரவாயில்லை குட்டி. சாப்பிடு. ரசத்துக்கு ஆம்லேட் சூப்பர் காம்பினேஷன்” என்றேன்.

“காலையில ஏதோ கண்கலங்கப் பேசிக்கிட்டு இருந்தியே. ஃப்ரெண்ட் கூட ஏதாச்சும் பிரச்சினையா?”

“அதெல்லாம் ஒன்னும் இல்லைண்ணா. சும்மா பேசிக்கிட்டு இருந்தோம்.”

“பேசுறதுக்கு யாராவது கண் கலங்குவாங்களா?”

“அவன் எங்க டீம் கேப்டன். என்னை டீம்ல ஓபனிங் பேட்ஸ்மேனா எற்க்க மாட்டேன்னு சொன்னானுங்க. அதான் கொஞ்சம் பேஜாராய்ட்டேன். கஷ்டமாயிருந்துச்சுண்ணா”

“நீ கிரிக்கெட் பிளேயரா?”

“ஆமாண்ணா. ஸ்கூல் டீம்ல நான்தான் கேப்டன்ணா. காலேஜ்க்கு போகச் சொல்லோ எப்டியாவது ரஞ்சி ஆடணும்னு ஆசைண்ணா. அப்பா டெத்துக்கு அப்புறம் கடை வேலைக்கு வந்தாச்சு. சன்டேதான் இந்தத் தொழிலே நடக்கும். அன்னைக்கு எப்படின்னா மேட்சுக்குப் போக முடியும்? லாஸ்ட் அஞ்சு மேட்ச் போகலின்னு இனிமே ஓப்பனிங் கெடையாதுன்றானுங்கோ. பாடு பசங்க.”

“ஏன் குட்டி, நீ என்ன படிச்சுருக்க?” என்று வாய்க்குள்ளிருந்த சோற்றை மென்றவாறு கேட்டேன்.

“நான் நைன்த் டிஸ்கன்டினியூண்ணா” என்றான்.

“நீ ஒன்பதாவது வரைக்கும்தான் படிச்சுருக்கியா?”

“அப்புறம் நல்லா இங்கிலீஷ்லாம் பேசுற.”

“நான் படிச்சது இங்லீஷ் மீடியம்ண்ணா”

“ஓஹோ. அப்புறம் ஏன் படிப்பைப் பாதியில நிறுத்திட்ட?”

“அப்பா எக்ஸ்பைர்டு ஆனதுக்குப் பிறகு வீட்ல நான் ஒருத்தன்தான் ஆம்பளப்புள்ள. அதான் நின்னுட்டேன்.”

"அதனால என்ன? அம்மா வேலைக்குப் போனா நீ படிச்சுக்கிட்டு வேற ஏதாவது வேலைக்குப் போயிருக்கலாமே"

"தம்பி அப்போ செவன்த் படிச்சான். தங்கச்சி சிக்ஸ்த் படிச்சா. அதான் அம்மாக்கு சப்போட்டா நானும் எங்க அப்பா பாத்த வேலைக்கே வந்துட்டேன். எங்க அப்பா ஆக்ஸிடெண்ட்ல டெத் ஆகுறதுக்கு முன்னாடி இந்தக் கடையில சுந்தரம் மாமாண்டதான் வேலை பாத்துனு இருந்தாரு. அதான் நானும் இங்கயே வந்துட்டேன். வந்த ஆறு மாசத்துலயே தொழில கத்துக்கனேன். அப்படியே போகுதுண்ணா."

"ஆமா. ஆக்ஸிடெண்ட் நம்ம வாழ்க்கையில ஒரு இன்சிடெண்ட் மாதிரி கடந்து போறதில்லை. எதையாவது அழுத்தமா விட்டுட்டுத்தான் போகும்."

நாங்கள் இருவரும் பேசிக் கொண்டிருக்கும்போதே ஆம்லேட் வந்தது. கொஞ்சம் சோறும் ரசமும் வாங்கிப் பிசைந்து ஆம்லேட்டைப் பிய்த்துச் சேர்த்து நான் தின்றதைப் பார்த்து குட்டி புன்னகைத்தான். நான் இன்னொரு கரண்டி சோறு கூடுதலாக வாங்கித் தின்றேன். குட்டியும் அதே மாதிரி சோற்றில் ரசம் ஊற்றிப் பிசைந்து ஆம்லேட்டைப் பிய்த்துச் சோறோடுச் சேர்த்து வைத்துத் தின்றான்.

★

5

விபத்து என்றால் சிறுவயதில் என் கண்ணுக்கெதிரே நடந்த ஒரு விபத்துதான் மறக்க முடியாதது. அதில் இறந்து போன முத்தையா தாத்தாவும் ஒரு சலூன் கடைக்காரர்தான். எங்கள் பள்ளிக்குப் பக்கத்துச் சாலையிலிருந்த சலூன் அது. நான் ஒன்பதாம் வகுப்பு படித்துக் கொண்டிருந்தேன். எங்கள் வீட்டுக்குப் பக்கத்தில்தான் பள்ளிக்கூடம் அமைந்திருந்தது. மதிய இடைவேளை மணி அடித்தவுடன் எல்லோரும் கூட்டமாய் ஓடுவது சலூன் கடைக்குத்தான்.

கடைக்குச் செல்லும் நேரங்களில் பெரும்பாலும் முத்தையா தாத்தா எந்த வேலையுமில்லாமல் பத்திரிகையை விரித்தபடி எதையாவது படித்துக் கொண்டு உட்கார்ந்திருப்பார். முடியை ஏற்றிச் சீவிச் சுருள்முடியை வளைத்து பொந்து அல்லது குகையைப் போல நடுவில் காலியிடம் விட்டு நெற்றியின்மீது குவித்து வைத்திருப்பார். அந்தக் காலத்து நடிகர்களைப் போல மூக்குக்குக் கீழே கொஞ்சம் அடர்த்தியாகவும் அங்கிருந்து இரண்டு பக்கமும் குன்றிலிருந்து இறங்கும் இறக்கத்தைப்போல மெல்லிய கோடாய் மீசை இரண்டு பக்கமும் நீண்டிருக்கும். சிவப்பு நிறத்தில் அகலமான சாந்துப் பொட்டு வைத்திருப்பார். அதற்குச் சற்று மேலே நெற்றியில் விழும் மூன்று சுருக்கத்தில் மேல் சுருக்கத்தில் கருப்புமை லேசாகத் தெரியும். அரசமர விநாயகனைக் கும்பிட்டு அந்தச் சிலையிலிருந்து வழித்தெடுத்துத் தீட்டிக் கொண்ட கருப்புமை அது. மாநிற நெற்றியில் இரண்டும் துலக்கமாகத் தெரியும்.

“தாத்தா... தாத்தா... அந்த உருண்டை சீப்ப எடுத்துக் குடுங்க.” என்று கேட்டதும் எவ்வளவு வேலையில் இருந்தாலும் முத்தையா தாத்தா அந்தப் பொருளை எடுத்துக் கொடுத்துவிடுவார். நாங்கள் என்றால் அவருக்கு ரொம்பப் பிரியம். ஒவ்வொருவரும் ஒவ்வொரு சீப்பை எடுத்துக் கொள்வோம். உருண்டை சீப்புக்குத்தான் எங்களுக்குள் போட்டியும் சண்டையும் நடக்கும். பாட்டிலில்

மேலிருக்கும் சின்ன குழாயை அழுத்தியதும் தண்ணீர் புகைபோலச் சிதறித் தலையைக் கொஞ்சம் கொஞ்சமாக ஈரமாக்குவது சுகமாய் இருக்கும். ஈரமான தலையை உருண்டை சீப்பில் உருட்டி உருட்டிச் சீவினால் முடி சுருள் சுருளாய் நெருங்கி வளைந்து நிற்கும். நெற்றியைத் தாண்டி சுருண்டு நிற்கும் முடியைப் புருவங்களுக்கு மேலே ஏற்றிப் பார்த்ததும் நெஞ்சு நிமிர்ந்து விம்மும். மனதுக்குள் சிலநேரங்களில், "நான்தான் பேரழகன்" என்ற நினைப்பும் எழும்.

"டேய் சட்டி மண்டையா... சீப்பைக் குடுறா." என்று ஒருவன் திட்ட அதற்கு மற்றொருவன், "ஒன் மண்டை மட்டும் என்ன பொங்கச் சருவம் மாதிரி வட்டமா இருக்குன்னு நெனப்பா? ஒன் தலையப் பாரு. நெளிஞ்சுபோன வடச்சட்டி மாதிரிதான் இருக்கு." என்று பதிலுக்கு வைதான்.

"டேய் அப்படியெல்லாம் பேசக் கூடாது." என்று முத்தையா தாத்தா குறுக்கே புகுந்தார். "அது மிலிட்டரி கட்டிங். அவன் பெரியவனானதும் மிலிட்டரில சேந்து பனிமலைக்குப் போய்த் துப்பாக்கியெல்லாம் சுடுவான். ஞாயித்துக்கிழமை வா. ஒனக்கு மிலிட்டரி கட்டிங் அடிச்சுவிடுறேன். நீயும் மிலிட்டரிக்காரன் கணக்கா மிடுக்கா திரியலாம். அந்தக் கட்டிங்குக்கு அவ்வளவு பவர்" என்று சிறுவர்களின் கேலிப் பேச்சைக் கேட்ட முத்தையா தாத்தா கேலி செய்யப்பட்டவனுக்கு வக்காலத்து வாங்கினார்.

"தாத்தா, அவனுக்குப் பள்ளிக்கூடத்து என்.சி.சியில துப்பாக்கியைத் தொடைச்சு வக்கத்தான் சொல்லித் தர்றாய்ங்க. எனக்கு வேணாம்பா. எனக்கு நடு உச்சியெடுத்து சீவத்தான் புடிக்கும்." என்று அந்தச் சிறுவன் சொன்னான்.

"நடு உச்சிதான. இங்க வா. இந்தச் சீப்பை வச்சு சீவு" என்று நெருக்கமான பற்களைக் கொண்ட ஒரு சீப்பைக் கொடுத்தார். அவன் சீவும் விதத்தைப் பார்த்துத் திருப்தியற்றவராக, "இங்க வா..." என்று பக்கத்தில் அழைத்து முகத்தில் தண்ணீர் அடித்து "போய் மொகத்தைக் கழுவிட்டு வா." என்றார். அவ்வாறே வெளியில் சென்று முகம் கழுவித் திரும்பினான். நடுவில் உச்சியெடுத்துத் தலைமுடியை இருபக்கமும் சீவிவிட்டார். இருபக்கமும் கிருதாவைக் காதுமடலில் அளவெடுத்து வெட்டிவிட்டார். முன்னால் நீண்டிருந்த முடியை விரல்களுக்கிடையில் பிடித்து அவனின் சட்டையில் விழாதவாறு பிசிறை மட்டும் வெட்டிக் கழித்தார். நடுஉச்சியானது அளந்து வைத்த மாதிரி நேர்க்கோட்டில் இருந்தது. இரண்டும் சம பாகங்களாகப் பிரிந்து பக்கவாட்டில் திரையரங்குகளின் திரைச்சீலை

மடிப்பைப் போல அலையலையாக நெருங்கிக் கிடந்து புது அழகு பொருந்திகொண்டது. சிறுவனுக்கு மகிழ்ச்சி தாளவில்லை. கைகளை அரைக்கால்சட்டைப் பைக்குள் விட்டபடிக் கண்ணாடியைப் பார்த்துப் பெருமிதத்தில் திளைத்தான்.

முத்தையா தாத்தா இப்படித்தான். கோரைமுடி, சுருட்டைமுடி, முள்முடி, சிக்குமுடி என்று ஒவ்வொரு வகைக்கும் ஒரு சீப்பை எடுத்துக் கொடுப்பார். "இந்த முடிக்கு இப்படித்தான் வாரிச் சீவணும்." "இனிமேல் இப்படியே பக்கவாட்டுல உச்சியெடுத்து சீவு." "இது வேணாண்டா. இனிமே ஒன்னோட ஹேர்ஸ்டைல இப்படி மாத்திக்க. ஒன் மொகவெட்டுக்கு அதுதான் நல்லாயிருக்கும்." பள்ளி மாணவர்கள் சீவிக் கொள்வது தனக்குப் பிடிக்கவில்லையென்றால் இழுத்துப் பிடித்துத் தானே தலை வாரிவிடுவார். பள்ளியின் பெரும்பாலான மாணவர்களுக்குத் தங்களுக்கெனத் தனித்த தலை சீவும் பாணியை உருவாக்கிவிட்டவர் முத்தையா தாத்தாதான். கடைக்குள் எந்த மாணவன் தலையைச் சீவினாலும் முத்தையா தாத்தா அதைக் கவனித்தபடி இருப்பார். யாராவது தவறாகச் சீவியதாகத் தோன்றினால் யாருக்காவது முடி வெட்டிக் கொண்டிருக்கும் வேலைக்கு மத்தியிலும் இழுத்துப் பிடித்து முடியைத் திருத்தி வெட்டுவார். சரிசெய்துத் தலைவாரி, "இப்படிச் சீவணும். சரியா?" என்று பாதியில் நிறுத்திய வேலையை மீண்டும் தொடர்வார்.

"தாத்தா... என் கையில் ரத்தம் வருது. ஆ... ரத்தம் வருது..." என்று திடீரென ஒருவன் அலறினான். தன் மணிக்கட்டைப் பிடித்துக் கொண்டு கையை உதறிக் கத்தினான்.

"என்னடா தம்பி ஆச்சு?" என்று பதறியபடி அவனருகில் சென்று பார்த்தார்.

சிரித்துக் கொண்டே, "இந்த பிரஷ் மண்டையன் முடி கீறிவிட்டு ரத்தமா கொட்டுது தாத்தா.." என்று கத்தினான். அங்கிருந்தவர்கள் அனைவரும் முடி விரைப்பாய் நின்றவனைப் பார்த்து எகத்தாளமாய்ச் சிரித்தனர். அவனுக்குக் கோபம் மூண்டு கேலி செய்தவனை அடிக்க ஓடினான். அடிக்க ஓடியவனை எட்டி அமுக்கிப் பிடித்த முத்தையா தாத்தா, "ஒரு மாசத்துக்கு வெளக்கெண்ணெய் தேய்ச்சுத் தலைய வாரு. முள்ளு மாதிரி இப்படி நட்டமா நிக்காது. முடி நல்லா படிஞ்சு வரும்" என்று அறிவுரை சொன்னார்.

“தாத்தா, தலை பூராம் சிக்கு பிடிச்சுக் கெடக்கு. என்ன பண்றது தாத்தா?”

“குளிக்கலைன்னா இப்படித்தான் சிக்கு புடிச்சுக்கிட்டுக் கெடக்கும். இப்படியே விட்டுட்டன்னா அங்கங்க சடை வச்சுரும். சிவபெருமான் சாமி தலையைப் பாத்திருக்கியா? சடை சடையா இருக்கும்.”

“அப்பன்னா என்னைய மாதிரியே சிவபெருமானும் தலைக்கு ஒழுங்கா குளிக்க மாட்டாரா?” என்று அவன் கேட்டான்.

தாத்தா உதட்டுக்கு நடுவில் விரலை வைத்துச் “சாமியை அப்படியெல்லாம் பேசக்கூடாது” என்று கண்டித்தார். “தெனமும் குளிடா. தெனம் ரெண்டு மொறை. வாரம் ரெண்டு மொறை. மாதம் ரெண்டு மொறை. ஆண்டு ரெண்டு மொறைன்னு இருக்குது. தெரியுமா?” என்று முத்தையா தாத்தா தன் கூன்விழுந்த முதுகைக் கீழிறக்கிக் குனிந்து பார்த்து அப்பாவி முகத்தை வைத்துக் கொண்டு கேட்டார்.

“ப்ச்...” என்று தனக்கும் அதற்கும் எந்தச் சம்பந்தமுமில்லையென்ற மாதிரி அவன் தலையாட்டினான்.

“தெனமும் ரெண்டு மொறை வெளிக்குப் போகணும், பல்லு வெளக்கணும், குளிக்கணும். வாரத்துக்கு ரெண்டு மொறை எண்ணெய் தேய்ச்சுக் குளிக்கணும், நகம் வெட்டிச் சுத்தம் பண்ணணும். மாசத்துக்கு ரெண்டு மொறை முடிவெட்டணும். ஆண்டுக்கு ரெண்டு மொறை வயித்தைச் சுத்தம் பண்ண பேதி மருந்து சாப்பிடணும். பூச்சி புழுவை எல்லாம் வெளிய எடுத்து வயித்தைச் சுத்தமா வச்சுக்கணும். வயிறுதான் எல்லா நோயும் தங்குற கூடாரம். இதையெல்லாம் காலம் தவறாம செஞ்சு வந்தா நமக்கு எந்த நோய்நொடியும் அண்டாது.” என்று பெரிய விளக்கம் கொடுத்தார். பல்லி ஒன்று கூரையில் நகரும் சத்தம் கேட்டது. “பாத்தியா... நான் சொன்னதும் பல்லி கூடத் தலையை ஆட்டிக்கிட்டே நகருது” என்று சொல்லிச் சிரித்தார்.

தாத்தா சொன்னதை மிக ஆர்வமாகக் கேட்டுவிட்டுப் பன்னிரண்டாம் வகுப்பு ரவிக்குமார் அண்ணன், “தாத்தா எனக்கு?” என்று தன் முடியைக் கொத்தாகக் கையில் பிடித்துக் காட்டிக் கேட்டார்.

“குளிச்சு முடிச்சதும் தெனமும் கொஞ்ச நேரம் வெய்யில்ல தலைய நல்லா காய வச்சு தேங்காயெண்ணெயத் தேயி. முடி பளிச்சுன்னு மின்னும்”

முத்தையா தாத்தாவைப் போலவே கொடுக்காய்ப்புளி மரத்துக்குக் கீழே கூன் விழுந்து குன்னியிருந்தது கூரைவேய்ந்த அந்தக் கடை. மழை பெய்தால் ஒழுகும் அந்தக் குடிசையை பழைய பிளாஸ்டிக் படுதாவை விரித்து மூடியிருந்தார். வலுவான புயல் காற்றடித்தாலும் மேலேழுந்து பறக்காதவாறு தென்னங்கயிற்றால் வடகிழக்கு மூலையிலும் தென்மேற்கு மூலையிலும் இறுக்கிக் கட்டியிருந்தது. கூடுதல் பாதுகாப்புக்காக மூலையிலிருந்த மூங்கிலில் முடிச்சுகள் போட்டு ஒருமாதிரி அதைப் பாதுகாத்து வந்தார். பிளாஸ்டிக் விரிப்பின் மீது இலைகளும், கொடுக்காய்த் தோல்களும் காய்ந்து இறைந்து கிடந்தன. அதன் சக்திக்கு அந்தப் பாரம் அதிகம்தான். கடையை புதுக் கூரையால் வேய்ந்து மராமத்துப் பார்க்க வேண்டுமென்ற ஆசைதான். ஆசைகளை அவ்வளவு எளிதில் நிறைவேற்றிவிட முடியுமா என்ன!

முன்பைப் போல இளவட்டங்கள் யாரும் அவரிடத்தில் முடிவெட்டிக் கொள்ள வருவதில்லை. வருபவர்கள் எல்லாம் சிறுவர்கள் அல்லது முதியவர்கள். கையில் தேறும் வருமானத்தில் அவரின் அன்றாடச் செலவுக்கே திண்டாட்டம். இந்த லட்சணத்தில் கூரை வேய்ந்து கடையை அலங்கரிப்பது ஆடம்பரம் என்று நினைத்தோ என்னவோ புதுக் கூரை மேய்வதற்கு எந்த முயற்சியும் செய்யவில்லை. ஆயுதபூஜை நாளில் வைக்கப்படும் சந்தனத்தையும் குங்குமத்தையும் கூர்ந்து பார்ப்பவருக்கு மாத்திரம் உதிர்ந்து வெளிறிப்போய் அதன் எச்சங்கள் கண்ணில் படும்.

தாத்தாவுக்கும் எங்கள் பள்ளிக்கூடத்து மாணவர்களுக்குமான உறவு பல வருடங்களாக இப்படித்தான் தொடர்கிறது. நானும் என் நண்பர்களும் வந்து எவ்வளவு ஆட்டம் போட்டாலும் பெரிதாகக் கண்டிப்பதில்லை. பதினொன்று, பன்னிரண்டாம் வகுப்பு அண்ணன்கள் ஏழாம் எட்டாம் வகுப்பு சிறுவர்களைப் 'போடா...' என்று தலையில் தட்டித் திருப்பி அனுப்பிவிடுவார்கள். நாங்கள் பத்தாம் வகுப்பு மாணவர்கள் என்பதால் எங்களைப் பெரிதாகக் கண்டுகொள்ள மாட்டார்கள். அண்ணன்கள் இருக்கும்போது எங்களுக்கு உருண்டை சீப்பும் பாட்டில் தண்ணீரும் அவ்வளவு எளிதில் கிடைக்காது. அவர்கள் பேசுவதைக் கேட்டுக் கொண்டேயிருக்க வேண்டுமெனத் தோன்றும். பேச்சு எப்போதும் மனதைக் கிளர்த்துவதாக இருக்கும். அதிலும் ரவிக்குமார் அண்ணனும், முத்துப்பாண்டி அண்ணனும் பேசினால் சுவாரஸ்யமாக இருக்கும். இருவரும் பன்னிரண்டாம் வகுப்பு முதல் குரூப். ரவி அண்ணன் கண்ணாடியைப் பார்த்து

வழக்கம்போல உருண்டை சீப்பை வைத்து உருட்டி உருட்டித் தலையைக் கோதிவிட்டுக் கொண்டிருந்தபோது முத்துப்பாண்டி அண்ணன் முகத்தை இந்தப் பக்கமும் அந்தப் பக்கமும் நகர்த்திக் கண்ணாடிக்குள் உற்றுப் பார்த்தார்.

"என்னடா கண்ணாடியவே பாத்துட்டு இருக்க?" என்று முத்துப்பாண்டி அண்ணனைப் பார்த்து ரவி அண்ணன் கேட்டார்.

"மாப்ள, நம்ம பால்பாண்டி மாதிரி எப்ப மீசை வளரும்னு நெனச்சுக்கிட்டு இருக்கேன்." என்று முத்துப்பாண்டி அண்ணன் பதில் சொன்னார்.

"ஏண்டா அவனுக்குக் காண்டாமிருகம் மாதிரி மீசை தாடின்னு வளந்து கெடக்கு. அதைப் பாத்து ஒனக்கு ஆசையா?"

"இல்ல மாப்ள. மீசை வந்துச்சுன்னா நம்ம வயசுக்கு வந்துட்டோம்னு அர்த்தம்."

"மீசை வளராமக் கூட வயசுக்கு வரலாம்டா."

"ஒனக்கு எல்லாம் தெரிஞ்ச மாதிரி பேசாத மாப்ள."

"இல்லடா. நம்ம பாட்டனி சாருக்கு இன்னும் மீசையே சரியா வளரல. அவருக்குக் கல்யாணமாகிக் கொழந்தை இருக்கு. தெரியுமா?"

"அப்ப மீசைக்கும் வயசுக்கு வர்றதுக்கும் சம்பந்தமில்லையா மாப்ள?"

"நெஞ்சு சதையே இல்லாத சில பொம்பளைங்களுக்குப் புள்ளையே பொறக்குதுல்ல. அதுமாதிரிதான்டா."

திடீரென ரவி அண்ணன் முத்துப்பாண்டி அண்ணன் கழுத்தைப் பிடித்துத் தன் வாயருகே கொண்டுசென்றார். காதில் ஏதோ கிசுகிசுத்தார். முத்துப்பாண்டி அண்ணன் "டேய்..." என்று சொல்லி ரவி அண்ணனைக் குத்துவது போலக் கையை முறுக்கினார். "மாப்ள, நான் நெஜமாத்தேன் சொல்றேன். வேணுமின்னா நாளைக்கு பாத்ரூம்ல அடிச்சுப் பாரு. வெள்ளையா பிசுபிசுன்னு வந்துச்சுன்னா நீ வயசுக்கு வந்துட்ட" என்று கையை முறுக்கிய வலி தாங்காமல் வேகவேகமாகச் சொன்னார்.

"அப்ப, நீ தெனமும் அப்படித்தான் பண்றியா?"

"மாப்ள..." என்று ரவி அண்ணன் சத்தமாகச் சிரித்தார்.

“அதெல்லாம் முடிவளர்ச்சியைப் பொறுத்ததுடா. நல்ல முடிவளர்ச்சி இருந்துச்சுன்னா சீக்கிரமா சின்ன வயசிலயே மீசையும் தாடியும் மொளைக்கும்டா.”

“இல்லடா. மீசையும் தாடியும் வளந்தாத்தான் ஏரியாவுல மதிக்கிறாய்ங்கடா.”

“மீசை இல்லாம இருந்தாத்தான் சில பிள்ளைங்களுக்கும் புடிக்கும் மாப்ள. என்னையப் பாரு.”

“ஆமா, நீ கமலஹாசன் மாதிரின்னு சொல்ல வர்ற. போடா... ங்கோ...”

இருவரின் பேச்சையும் கேட்டு அங்கிருந்த அனைவரும் சிரித்தோம். அதுவரை வெளியிலிருந்த கொடுக்காப்புளி மரத்தடித் திண்டில் உட்கார்ந்திருந்த முத்தையா தாத்தா கடைக்குள் வந்தார். கண்ணாடியில் படர்ந்திருந்த ஈரத்தைப் பழைய செய்தித்தாள் ஒன்றைக் கிழித்துத் துடைத்தார். கண்ணாடி பளிச்சென்றானது.

“ஏன் தாத்தா, ஒன் கடைக்கி கூட்டமே வராதா?” என்று வழக்கம்போலத் துடுக்குத்தனமாகக் கேட்டான் எட்டாம் வகுப்பு படிக்கும் சிறுவன் ஒருவன்.

“கூட்டம் வரலைன்னா போகட்டும். அதான் நீ இருக்கிறியே. நீ வேணும்னா ஏறி ஒக்காரு. சூப்பர் ஸ்டார் மாதிரி ஸ்டைலா வெட்டிவிடுறேன்.” என்று சொல்லிப் புன்னகைத்தார்.

“அய்ய... சூப்பர் ஸ்டார் ரஜினி மாதிரின்னா என் தலை சொட்டையாயிரும். எனக்கு வேணாம்பா. எனக்குக் காதலுக்கு மரியாதை விஜய் மாதிரி வெட்டுவியா?” என்று கண்கள் விரியக் கேட்டான்.

“ஒனக்கு எந்த மாதிரின்னாலும் நான் வெட்டுறேன். விஜய் மாதிரி வெட்டணும்னா இருபத்தஞ்சு ரூபாய் ஆகும். பரவாயில்லையா?” தலையை ஆட்டி அவர் கேட்டதும் அவன் கொஞ்சநேரம் யோசித்தான்.

“ஸ்கூல் நடக்குறப்போ யாராவது வெட்டுவாய்ங்களா? எங்கப்பாகிட்ட சொல்லிக் காசு வாங்கிட்டு ஞாயித்துக்கிழமை வர்றேன்.” என்று சொன்னதும் அவனைச் சூழ்ந்து நின்றிருந்த அனைவரும் சிரித்தனர். அவன் உடல் நெளித்து முகம் கோணிப் பேச்சை இன்னொரு திசைக்குத் திருப்ப நினைப்பவனாகப் பேசினான், “தாத்தா ஒங்ககிட்ட ரொம்பநாளா கேக்கணும்னு

நெனச்சுக்கிட்டிருந்தேன். அது என்ன 'மருத்துவர்கள் நலச்சங்க உறுப்பினர் முத்தையா'ன்னு அந்த ஃபோட்டோவுல போட்டுருக்கு. மருத்துவர்னா டாக்டர்தான. நீயென்ன டாக்டரா?" என்று கேட்டான்.

"ஆமாண்டா எங்க பாட்டன் பூட்டன்லாம் ஒரு காலத்துல டாக்டர்தான். இந்த ஊருக்கே வைத்தியம் பாத்த கூட்டம் நாங்க. இப்ப இந்த நாறுன பொழைப்புல கெடந்து சீப்படுறோம்."

"அந்த ஃபோட்டோவுல குல்லா போட்டுக்கிட்டுப் பொட்டு வச்சுருக்காரே அவரு ஒங்க பாட்டனா இல்ல பூட்டனா?"

"அவரு பேரு தியாகி விஸ்வநாததாஸ். சுதந்திரப் போராட்டத் தியாகி. நம்ம திருமங்கலம்தான் அவர் சொந்த ஊரு. வெள்ளைக்காரன எதித்து நாடகம் போடுவாரு, பாட்டு பாடுவாரு. பிரிட்டிஷ்காரங்க அவர ஜெயில்ல புடிச்சுப் போட்டுருக்காய்ங்க."

"ம்ஹூம்..." என்று தலையாட்டி மிக சுவாரஸ்யமான கதையைக் கேட்டுக் கொண்டிருந்த நேரத்தில் பள்ளிக்கூடத்திலிருந்து மணியடிக்கும் சத்தம் கடையில் அடித்த மாதிரி அதிர்ந்து கேட்டது.

"பள்ளிக்கூடத்துல மணியடிச்சுட்டாய்ங்க. எல்லாரும் ஓடுங்க..." என்றதும் கதையைக் கவனமாகக் கேட்டுக் கொண்டிருந்தவனைத் தலையில் தட்டிவிட்டு ஒருவன் ஓட அவனைத் துரத்திக் கொண்டு இவனும் பின்தொடர்ந்து ஓடினான்.

முத்துப்பாண்டி அண்ணனும் ரவி அண்ணனும் வெளியில் போன பிறகு கண்ணாடியை முழுதும் பார்க்கும் வாய்ப்பு கிடைத்தது. என் முகத்தில் பருக்கள் மொய்த்துக் கிடந்தன. பழுத்துக் கிடந்த சில பருக்களைப் பிதுக்கியதும் மாவைப்போல வெள்ளையாக ஏதோ வந்தது. பிறகு ரத்தம் வழிந்தது. ஒவ்வொன்றாய்ப் பிதுக்கிப் பிய்த்ததில் முகமெங்கும் ரத்தத்திட்டுகளாய்த் தெரிந்தன. முன்பு பிய்த்த இடங்களில் காயங்கள் மறைந்து தழும்புகள் உண்டாகி இருந்தன.

"இப்படியே நோண்டி நோண்டித்தான் கொயகொயன்னு மூஞ்சி பூராவும் நெறைய பரு வந்துருச்சு. நோண்டாதடான்னு சொன்னா கேக்குறியாடா. மூஞ்சியிலருந்து கையை எடுறா" என்று பக்கத்தில் நின்று முனியசாமி சொன்னான். என் கையைப் பிடித்துக் கீழே இழுத்துவிட்டான்.

"சும்மா இர்றா..." என்று கோபமாய் அவன் கையைத் தள்ளிவிட்டேன். என்ன சொன்னாலும் கேட்காமல் பருக்களைத் தேய்த்துக் கொண்டிருந்தேன். அவன் சொன்னதில்

உண்மை இருந்தாலும் பருவைக் கிள்ளக் கிள்ள ஒருவித சுகத்தை உணர முடிந்தது.

"யாரையும் லவ் பண்றியாடா?" என்று கேட்டான்.

"டே...ய் முனி. சும்மா இருக்க மாட்டியா?"

"இல்லடா. லவ் பண்றவங்களுக்குத்தான் நெறையா பருவா வருமாம். அதான் கேட்டேன்"

"நீ அடி வாங்காம போக மாட்டன்னு நெனக்கிறேன்."

"லவ் பண்ணலன்னா. இன்னொரு காரணமாத்தான் இருக்கும்."

"என்னடா காரணம்?"

"நெறைய செக்ஸ் படம் பாக்குறவங்களுக்குத்தான் மூஞ்சியெல்லாம் பருவா வரும்."

முனியசாமி சொன்னதும் வந்த கோபத்தில் ஓங்கி முதுகில் குத்தினேன். முதுகைத் தேய்த்துக் கொண்டே என்னைக் கோபமாகப் பார்த்தான். பதிலுக்கு என் முதுகில் 'நங்'கென்று குத்தினான். ஆத்திரம் தாங்காதவனாக, "போடா... புளியங்கொட்டை" என்று வைதுவிட்டு ஓடினான்.

"அதை ஏன்டா கிள்ளிக்கிட்டே இருக்க." என்று முத்தையா தாத்தா என்னைப் பார்த்து மெதுவாகக் கேட்டார்.

"வலிக்குது தாத்தா." என்றேன்.

"அதைக் கிள்ளக் கிள்ளத்தான் நெறைய வரும். சும்மா நோண்டாம விட்டுரு."

"இல்லை தாத்தா. உள்ள இருக்குற வேரை எடுத்துட்டா சரியாயிருது. இங்க பாருங்க. ஏற்கெனவே வந்ததெல்லாம் இப்படித்தான் பிதுக்கி அத வேரோட எடுத்தேன். இப்ப சரியாயிருச்சு."

"அதெல்லாம் இந்த வயசுல வரத்தான் செய்யும். ராத்திரி படுக்குறதுக்கு முன்னாடி ஜாதிக்காயை அரைச்சிப்போடு. சரியாயிரும். நோண்டாம அப்படியே விட்டுரு."

"ஜாதிக்காய்னா எப்படி இருக்கும்? எங்க வீட்ல இருக்குதான்னு தெரியலியே. எங்கம்மாகிட்டதான் கேக்கணும். ஜாதிக்காய் இல்லன்னா என்ன பண்றது?"

"ஜாதிக்காய் இல்லன்னா சந்தனத்தை அரைச்சிப் பரு மேல தடவிவிட்டுப் படுத்துடு. காலையில எந்திரிச்ச ஒடனே குளுந்த தண்ணியை வச்சு மொகத்தைக் கழுவு. ஒரு மாசம் அப்படியே பண்ணுனா அதுக்கப்பறம் பருவே வராது."

"தாங்க்ஸ் தாத்தா. அப்படியே பண்றேன்" என்று சொல்லிப் பள்ளிக்குக் கிளம்பினேன். இடைவேளை முடிந்து பெல் அடித்த பிறகு பள்ளிக்கூட இரும்புக்கதவு மூடியிருந்தது. உள்ளே நுழைவதற்காகக் கனமான அந்த இரும்புக்கதவை லேசாகத் திறந்தேன். பி.டி சார் கையில் மூங்கில் பிரம்புடன் நின்றிருப்பது மெல்லத் திறந்த கதவின் இடுக்கிலிருந்து தெரிந்தது. பயத்தில் உள்ளே போகவில்லை. திரும்பி நடந்தேன். 'இப்போது என்ன செய்யலாம்' என்று யோசித்தபோது முத்தையா தாத்தா கடைக்குப் போகலாமென்றுத் தோணியது. "லேட்டாயிருச்சே..." என்ற பதற்றம் வரவில்லை. திரும்பிக் கடையை நோக்கி நடந்தேன். இது பலநாட்களாக நடப்பதுதான். எப்போது பள்ளியில் பிரச்சினை என்றாலும் எங்களின் ஆதரவு இல்லம் முத்தையா தாத்தா கடைதான்.

ஒருமுறை என் வகுப்புத் தோழனொருவன் வீட்டில் அம்மா அடித்ததால் வீட்டுக்குத் திரும்பவே கூடாதென்று மாலையில் ஓடிவந்துவிட்டான். எங்குச் செல்வதென்று தெரியாமல் முத்தையா தாத்தா கடைக்கு வந்து அங்கேயே சனி ஞாயிறு என்று விடுமுறையாயிருந்த இரண்டு நாட்களும் தங்கியிருந்தான். அவர் எவ்வளவு எடுத்துச் சொல்லியும் அவன் வீட்டுக்குத் திரும்பவேயில்லை. வீட்டின் முகவரியைக் கேட்டாலும் சொல்ல மறுத்துவிட்டான். திங்கள்கிழமை எங்களிடம் பேசி முகவரியைத் தெரிந்து கொண்டு பெற்றோரிடம் பேசி அவனை வீட்டுக்கு அனுப்பிவிட்டார். தாய் தந்தையிடம் என்ன பேசினாரோ தெரியவில்லை. அன்றிலிருந்து அவரிடம் மிகவும் பிரியமாக நடந்துகொள்வதாகச் சொல்லிக் கொண்டிருந்தான். பள்ளியிலோ வீட்டிலோ தவறு செய்துவிட்டு வருகிற எவரையும் எப்போதும் திட்டியதில்லை. கடையிலேயே தங்கிக் கொள்ள அனுமதிப்பார். சிலநேரங்களில் எங்களில் ஒருவருக்காகப் பள்ளி ஆசிரியர்களைச் சந்தித்துக் கெஞ்சுவது மாதிரி பேசி அவர்களுக்கும் அறிவுரைகள் சொல்லுவார்.

தாயையும் தந்தையையும் சார்ந்திருந்த சிறுவயதிலிருந்து விரைவில் வெளிவந்துவிட வேண்டுமென்று துடித்துக் கொண்டிருந்த

வயதின் கட்டுப்பாடுகள் மெல்லத் தளரத் துவங்கிய காலம் அதுதான். அதற்கு வடிகாலாக முத்தையா தாத்தா இருந்தார். வீட்டின் கஷ்டங்களை, தாய்தந்தையின் கட்டுப்பாடுகளை, ஆசிரியர்களின் ஆணைகளை, சமூகத்தின் விதிமுறைகளைப் பின்பற்றி வாழும் ஒருவருக்குக் கிடைக்கும் பாராட்டும் நற்பெயரும் வேண்டாமென்று ஒதுங்கி வாழும் சிறுபான்மையினருக்கு அவர்தான் நேசக்கரம். முத்தையா தாத்தாவின் கூடாரம் வலசைப் பறவைகளுக்கான சரணாலயம் போல எப்போதும் இடமளிக்கத் தயாராயிருந்தது.

கடைக்குள் நுழையும் முன்பே உள்ளே பன்னிரண்டாம் வகுப்பு அண்ணன்கள் பத்துபேர் வரைக்கும் அங்குமிங்கும் நின்றிருந்தது தெரிந்தது. பெரிய கூடுகையாக இருந்தது. முத்துப்பாண்டி அண்ணனும் ரவி அண்ணனும் அங்குதான் சிரித்துச் சிரித்துப் பேசிக் கொண்டிருந்தனர். பயாலஜி பிராக்டிகல் செய்யவில்லையென்று அவர்கள் வகுப்புக்கு டிமிக்கி கொடுத்துவிட்டார்கள். அவர்கள் பேச்சைக் கவனித்ததிலிருந்து புரிந்தது. அப்போதுதான் அந்த விபத்து நடந்தது. ஒரு விபத்தைக் கண்ணெதிரே நேரில் பார்த்தது வாழ்வில் அதுவே முதல்முறை.

★

6

முத்தையா தாத்தா சாலையின் மறுபுறம் எங்கள் பள்ளிக்கு எதிரிலிருந்த டீக்கடையில் டீ குடித்துவிட்டு அவர் கடைக்கு வருவதற்காகச் சாலையைக் கடந்து வந்த கணத்தில் இடது பக்கத்திலிருந்து மிக வேகமாக வந்த லாரி ஒன்று தாத்தாவின் கூன் விழுந்த முதுகில் தட்டியது. பொத்தெனக் கீழே விழுந்த வேகத்தில் லாரி அவரை உள்ளுக்குள் வாரிச் சுருட்டியது. அரவை எந்திரத்தில் போட்ட சிமெண்டு கலவையைப் போல 'டப்டப்'பென முன் சக்கரங்களிலும் பின் சக்கரங்களிலும் அரைத்துத் தூக்கிப் போட்டது. பெரும் சத்தம் எழுப்பியபடி அங்கும் இங்கும் தடுமாறி ஓடிய லாரி சிறிது தூரம் சென்று நின்றுவிட்டது. லாரி டிரைவர் இறங்கி ஓடி அடுத்த சாலைக்குள் புகுந்து மறைந்தான். எனக்கு மிகுந்த அதிர்ச்சியாக இருந்தது.

விபத்து நடந்த சத்தம் கேட்டுச் சாலையில் போன வாகனங்கள் அங்கங்கே நின்றுவிட்டன. தூரத்தில் சாலையின் மறுபுறம் நடந்து வரும்போது வெய்யிலின் அலையில் அவரின் சித்திரம் கண்முன்பு மேலும் கீழும் நிலையில்லாமல் ஆடிக் கொண்டிருந்தது. கரையைச் சேரும்வரை வெண்மையாய்ப் பொங்கி எழும் கடல் நுரையைப்போல இருந்த அவரின் வெள்ளைவேட்டி சிலநொடிகளில் சாயம் ஏற்றப்பட்ட சிவப்புத்துணியைப் போல கரை ஒதுங்கிக் கிடந்தது. புற்களை மேய்ந்து கொண்டிருந்த மானை மறைந்து நின்ற வேட்டைக்காரன் எதிர்பாராத் தருணத்தில் சுட்டு வீழ்த்தியதும் நிலைகுலைந்து வீழும் மான் போல வீழ்ந்து கிடந்த முத்தையா தாத்தாவைச் சுற்றி மக்கள் கூட்டம் கூடிவிட்டது. அவரைச் சோதித்துப் பார்த்தவர்கள் உயிர் பிரிந்துவிட்டதை உறுதி செய்தனர். முத்தையா தாத்தா நினைவு வரும்போதெல்லாம் 'திடுக்'கென வெடித்துக் கிளம்பிய துப்பாக்கிச் சத்தத்தைப் போல அந்த லாரிச் சத்தம் இன்றும் என் காதுக்குள் ஒலிக்கும்.

காலம் நமக்குக் கொடுப்பதற்கென என்ன வைத்திருக்கிறது என்பது யாருக்கும் தெரியாது. உங்களுக்கு விருப்பமானதைப்

பறித்துக் கொண்டு போய்விடக் கூடும். தரையில் புரண்டு அழுது அரற்றினாலும் உங்கள் கைகளுக்குத் திரும்பக் கிடைக்காது. காலம் இன்னார் இன்னார் என்று பார்ப்பதில்லை. கருணை நீதி என்னும் அறங்கள் பற்றிய கவலை காலத்திற்கு உண்டா? தெரியாது. காலம் ஒரு புதிர். மறுமுனை தெரியாத இருட்டுக் குகை. ஒருவழிப்பாதை. சென்றவர்கள் மீண்டுத் திரும்பவே முடியாத பாதை. அகால மரணம் என்பதன் பொருள் எனக்குப் பிறகுதான் புரிந்தது. வாழ்ந்து கொண்டிருக்கும் ஒருவரை யாரும் எதிர்பாராத தருணத்தில் வானில் வட்டமிட்டுக் கொண்டிருந்த கழுகைப் போலத் தூக்கிக் கொண்டு போகும் குரூரத்தை அன்று பார்த்தேன். மரணம் நிகழும் கணத்தைப் பார்க்கும் வாய்ப்பு இன்னொருமுறை கிடைத்தால் அங்கிருந்து விலகி முடிந்தவரை தூரமாய் ஓடிவிட வேண்டும் என்று மனதிற்குள் முடிவெடுத்தேன்.

அப்போது பூட்டப்பட்ட அந்தச் சலூன்கடை அதற்குப் பிறகு திறக்கப்படவேயில்லை. குன்னியிருந்த கூரை ஒரேயடியாகச் சரிந்து தரைக்கு இறங்கிவிட்டது. கொடுக்காய்ப்புளி மரத்தின் கிளைகளும், இலைகளும் காய்களும் பரவிக் கிடந்த இற்றுப்போன கூரை குப்பைமேடானது. அதைத் தூக்கி நிறுத்திச் சரிசெய்ய அதற்குப் பிறகு யாரும் வரவில்லை. 'கவிந்த கூரைக்குள்ளிருந்த கண்ணாடிக்கும் சுழலும் நாற்காலிக்கும் விதவிதமான சீப்புகளுக்கும் என்ன ஆயிற்று' என யாரும் யோசிக்கவேயில்லை. நிழல் கொடுத்த மரம் வேரோடு சாய்ந்ததிலிருந்து அந்த இடம் மொட்டை வெய்யிலில் வெக்கையடித்துக் கிடந்தது. மதிய நேரங்களில் கலைந்துவிடும் எங்கள் தலைமுடி நீரின்றி வறண்டு வாரப்படாமல் பரட்டையாகச் செம்பட்டை பரவிக் கிடந்தது.

காற்றில் படபடத்துப் பறந்து கொண்டிருந்த எங்களின் சுதந்திரக்கொடி கீழிறக்கப்பட்டுவிட்டது. ஒவ்வொருவருக்கும் தம் வாழ்க்கைப் பயணத்தில் இளைப்பாற ஒரு நிழல்மரத்தை, தளர்ந்து கொள்ள ஒரு சாய்மானத்தை உலகம் கொடுத்துக் கொண்டே இருக்கும். செம்பட்டை பரவி நின்ற சிறுவயதில் முத்தையா தாத்தாவைப்போல ஒரு சிலரை இவ்வுலகம் நமக்காக நிறுத்தி வைத்திருக்கும். அவரை மறுபடியும் தன் காலவெளிக்குள் சரட்டென உள்ளிழுத்துக் கொள்ளும். பலருடைய வாழ்க்கை கடல்நீர் மாதிரி ஒரே இடத்தில் தேங்கி நிற்பதைப் போலத் தோன்றலாம். சூரியனின் கிரணங்களால் உறிஞ்சப்பட்டு ஆவியாகி மேலே பறந்து மேகமாகி மிதந்தபடி இருக்கும். பருவம் வந்ததும் ஆவியாக்கிச் சேர்த்து வைத்த நீரை மழையாகப் பூமிக்கே திருப்பி அனுப்பிவிடும். அந்தத் தொடர்நிகழ்வுகள் யார் கண்ணுக்கும்

புலப்படுவதில்லை. சுதந்திரத்தின் முதல் துளி எப்போது யார் மீது படும் என்னும் நேர காலங்கள் தெரியாது. ஒவ்வொருவருக்கும் அது வரும். வயது ஏறுமுகத்தில் இருக்கக் கட்டுப்பாடுகள் இறங்குமுகப்படுவது சமூகநியதி. சிலருக்கு வராமலும் போகலாம். கடைசிவரை கட்டுப்பாடுகளின் கூடுகளுக்குள் தங்களைக் குறுக்கிச் சுருக்கிக் கொண்டு வாழப் பழகிவிடுவார்கள்.

தனக்குத் தேவையானவற்றைத் தானே தேர்ந்தெடுத்துக் கொள்ளும் பருவத்தில்தான் உண்மையான சுதந்திரம் கிடைத்துவிட்டதைப் போல உணர்ந்தேன். அப்பாவும் அம்மாவும் எனக்குப் பிடித்த சட்டையையும் பேண்ட்டையும் எடுத்துத் தராமல் இருந்ததற்காக எத்தனையோ முறை அழுதிருக்கிறேன். தீபாவளி நெருங்கும் நாட்களில் எங்கள் தெருவுக்குத் துணிமூட்டைகளுடன் வரும் வியாபாரிகள் வீதியின் வேப்பமரத்தடிக்குக் கீழ் பெரிய சாக்குப்பையை விரித்துச் சட்டைத்துணி உருளைகளை உருட்டி விரித்து மடித்துக் காட்டுவார்கள்.

அம்மா முதலில் விலையைத்தான் கேட்பாள். "மீட்டர் முப்பது ரூபா" என்றாள் அம்மா, "ஏதாச்சும் நல்ல துணியா காட்டுங்க" என்று அதை ஒதுக்கிவிடுவாள். முப்பது ரூபாய்க்கு மேல் காட்டும் எல்லாத் துணிகளையும் ஒதுக்கிவிடுவதைப் புரிந்துகொள்வார் வியாபாரி. "இதப் பாருங்கக்கா. மீட்டர் பதினைஞ்சு ரூபாதான்." என்றால் அம்மா கையில் எடுத்து வைத்துக் கொஞ்சம் கூர்மையாகப் பார்ப்பாள்.

"துணி என்ன இவ்வளவு மெல்லிசா நைஸ்ஸா இருக்கு. பிள்ளைங்க வெளையாடுற வெளையாட்டுக்கு அடுத்த தீபாவளி வரைக்கும் கூட தாங்காது போலிருக்கு." என்று அங்கலாய்த்துக் கொள்வாள்.

"இந்தா இதைப் பாருங்க. சுத்தமான டெரிகாட்டன். பல வருஷங்களுக்கு ஒழைக்கும். பசங்க சறுக்கிச் சறுக்கி வெளையாண்டாலும் அவ்வளவு சீக்கிரத்துல கிழியாது" என்பார் துணி வியாபாரி. பக்கத்தில் இருக்கும் நாங்கள் தனித்தனி பிளாஸ்டிக் காகிதத்தில் வைக்கப்பட்டிருக்கும் மேட்சிங்காக இருக்கும் சட்டை பேண்ட் பிட்டுகளைப் பார்த்து அதுதான் வேண்டுமென்று அடம்பிடித்துக் கால்களைத் தரையில் உதைத்து அழுவோம். "துணிக்காரரே, அதை எடுத்து மொதல்ல உள்ள வைங்க. யானை வெலை இருக்குறதத்தான் சின்னப்பிள்ளைங்க முன்னாடி தூக்கி வைக்குறது" என்று கொஞ்சம் கடிந்து சொல்லுவாள்.

"ஏம்மா, நீ வாங்கலின்னா விடு. இங்க இருக்குறவங்க

வாங்குவாங்கில்ல. ஒங்கிட்ட மட்டுமா நாங்க ஏவாரம் பண்றோம். ஒனக்குத் தேவையானத மட்டும் எடுத்துட்டு எடத்தைக் காலி பண்ணு." என்று பதிலுக்கு வியாபாரியும் எரிந்து விழுவார்.

துணிகள், விளையாட்டுச் சாமான்கள், தின்பண்டங்கள் என்று எதை எடுத்துக் கொடுத்தாலும் அது அம்மா அப்பாவின் தேர்வுதான். எங்களுக்கு எது பிடிக்கும் என்பதைத் தீர்மானிக்கிறவர்களாக அவர்கள்தான் எப்போதும் இருந்து வந்தார்கள். அப்போதெல்லாம் 'நம்ம பெரிய ஆளா ஆன உடனே நமக்குப் பிடிச்சதை நாம எடுத்துக்கணும்' என்று என்னை நானே சமாதானம் செய்துகொள்வேன். தனக்குப் பிடித்ததையெல்லாம் பூர்த்தி செய்துகொள்ளும் பெரியவர்களைப் பார்க்கும்போது நானும் அதைப் போலச் செய்ய வேண்டுமென்று என்னுடைய விருப்பப் பட்டியலில் ஒவ்வொன்றையும் சேர்த்துக் கொண்டே வந்தேன்.

எங்கள் சித்தப்பா மகன் ரோட்டுக்கடையில் முடிவெட்டியதாகச் சொன்ன நாளிலிருந்து அந்தக் கடையில் நானும் ஒருநாள் அந்தச் சுழலும் நாற்காலியில் உட்கார்ந்து முடிவெட்டிக் கொள்ள வேண்டுமென்று தீராத ஆவல் பெருக்கெடுத்தது. கடையின் வெளியில் போடப்பட்டிருக்கும் பெஞ்சில் உட்கார்ந்து பத்திரிகை படிக்கும் சாக்கில் கடைக்குள் ஒட்டப்பட்டிருக்கும் ஸ்டெப் கட்டிங், பாப் கட்டிங், அட்டாக், ஃபங்க் என்று பலவிதங்களில் ஹேர்ஸ்டைல் வைத்த புகைப்படங்கள் கொண்ட போஸ்டரை ரசித்துப் பார்த்தேன்.

அதேவிதமாகச் சிறுவர்களுக்கென்றும் தனியே போஸ்டர் ஒட்டப்பட்டிருந்தது. அதைப்போல வெட்டிக் கொள்ள வேண்டுமென்று நாள்முழுதும் ஏங்கித் தவிப்பேன். ஏக்கம் எல்லா நேரங்களிலும் ஏமாற்றமாகத்தான் முடியும். சில நேரங்களில் அரிதாக நினைப்பவை நிறைவேறும். போஸ்டரிலுள்ள வெளிநாட்டுச் சிறுவர்களைப் போல ஸ்டைலாக பாப் கட்டிங் செய்து கொண்டு லேட்டஸ்ட் ஃபேஷனில் உடை உடுத்திக் கொண்டு பள்ளிக்குப் போவேன். பொழுது விடிந்து விழித்து எழுந்ததும் கனவு என்பது உரைக்கும். ஆனாலும் 'என்றைக்காவது ஒருநாள் இது நடந்தே தீரும்' என்ற வைராக்கியம் பிறக்கும். 'இது எப்போது நிஜமாகும்?' என்னும் கேள்வி அடுத்து தொக்கி நிற்கும். 'பெரியவனாக ஆனதும் இஷ்டம் போல நாம் முடிவெட்டிக் கொள்ளலாம்' என்று நினைத்துச் சற்று ஆறுதல் அடைவேன். அப்படியொரு சுதந்திரம் வந்த நாட்களில் அப்படி ஸ்டைலாக முடிவெட்டிக் கொள்ளும் ஆசை அறவே இல்லாமல் போனது.

“என்ன ஆனந்து, ஃபங்க் வச்சுவிடட்டுமா? ஒன்னோட ஃபேஸ்கட்டுக்கு சும்மா... கும்முன்னு இருக்கும்” என்று காலேஜ் ஹாஸ்டலில் சலூன் வைத்திருக்கும் மாணிக்கம் சொல்வார்.

“ப்ச்... அதெல்லாம் வேணாம்ண்ணே. சாதாரணமா நீட்டா வெட்டிவிடுங்க. அது போதும்.” என்று மறுத்துவிடுவேன்.

“இல்லைன்னா ஸ்பைக் மாடல் வெட்டிவிடட்டுமா. இப்ப ஃபேஷன் அதுதான். சும்மா... கெத்தா இருக்கும். அல்ஸா மால் பக்கம் போனா எல்லா ஃபிகரும் ஒன்னைத்தான் திரும்பிப் பாக்கும்” என்று அதிஉற்சாகமாகச் சொன்னால் நான், “இல்லண்ணே, காலேஜுக்குப் போற மாதிரி நீட்டா வெட்டிவிடுங்கண்ணே. போதும்” என்பேன்.

”என்னாப்பா, இன்னும் நீ ஊர்நாட்டான் மாதிரியே இருக்க. மெட்ராஸுக்கு வந்த பின்னாடி சும்மா ஸ்டைலா இருக்கணும்பா. காலேஜ் படிச்சுக்கினு இன்னும் ஸ்கூல் பசங்களாட்டம் இருக்க. நான்லாம் ஒன்னை மாதிரி காலேஜ் படிச்சேன்னு வச்சிக்க. சும்மா வாரத்துக்கு ஒரு ஹேர்ஸ்டைல்தான். சும்மா... ரணகளமா இருப்பேன்”

மாணிக்கம் எப்போதும் “சும்மா.. கும்முன்னு இருக்கும்.” “சும்மா.. கெத்தா இருக்கும்.” “சும்மா... அல்லு கௌப்பும்.” என்று ‘சும்மா...’ போடாமல் எதையும் பேசி முடிக்க மாட்டார். அதனாலேயே சிலர் ‘மாணிக் பாஷா’ என்றும் சிலர் ‘சும்மா பாஷா’ என்றும் அழைத்தனர். கல்லூரி விடுதியில் எல்லோருக்கும் அவரிடம் பிடித்தது ஒன்றுதான். முடிவெட்டி முடித்ததும் இலவசமாகவே ஃபேஷியல் பிளீச் செய்துவிடுவார். முகத்தில் ரோஸ்வாட்டர் தெளித்துத் துடைத்து எடுக்கும் போது நல்ல மணம் கமழும். விடுதியிலேயே வாட்ச்மேனுக்கு அடுத்து எல்லோருக்கும் பிடித்தமான ஆள் யாரென்றால் சந்தேகமில்லாமல் ‘மாணிக் பாஷா’ அல்லது ‘சும்மா பாஷா’தான். காசில்லாத சமயங்களில் விடுதி மாணவர்கள் கடன் வைத்துத்தான் முடிவெட்டிக் கொள்வார்கள். மாதத்தின் முதல் வாரத்தில் வீட்டிலிருந்து வரும் பணத்தில் கடனை அடைப்பார்கள்.

“அண்ணா, பொடுகுத் தொல்லையா இருக்கு. என்னண்ணா பண்றது?” என்று எங்கள் பிளாக்கில் இருக்கும் ஒருவன் வந்து கேட்டான்.

“ஒன் ஒடம்புல நீர் கொறைஞ்சு சும்மா வெக்கை ஏறியிருச்சுனா இப்படித்தான். பொடுகுத்தொல்லை ஜாஸ்தியாயிரும். வேப்பிலைக்

கொழுந்துல கொஞ்சமா மஞ்சளும் வெந்தயமும் சும்மா கலந்து அரைச்சு ஒருநாள்விட்டு ஒருநாள் தண்ணியில கலந்து குளி. தெனமும் சீரகத்தண்ணி குடி. ஊர்லயிருந்து நாட்டுமருந்துக் கடையில் சீயக்காத்தூள் வாங்கி அனுப்பச் சொல்லு. இல்லையின்னா நம்ம அண்ணா ஆர்ச்சாண்ட நாட்டு மருந்துக்கடைங்க இருக்குது. ஏதாவது காதிபவன் ஷோரூம்லயும் கெடைக்கும்." என்று மருத்துவரைப் போல் பதில்சொல்வார்.

"ரொம்ப முடிகொட்டுதுண்ணா. கொஞ்சம் வழுக்கை போடவும் ஆரம்பிச்சுருச்சு. அடுத்த வருஷம் தீஸிஸ் சப்மிட் பண்ணிருவேண்ணா. பொண்ணு பார்க்க ஆரம்பிச்சுருவாங்கண்ணா. முடி வளர்றதுக்காக நானும் என்னவெல்லாமோ பண்ணிப் பாத்துட்டேன். டாக்டர் பத்ரா கிளினிக் போயி மருந்து மாத்திரையெல்லாம் தின்னு தைலம் தடவிப் பாத்து ஒன்னும் வேலைக்கு ஆகலண்ணா. இப்போ எனக்கு முடி வளராட்டின்னாலும் பரவாயில்லண்ணா. இருக்குற முடி கொட்டாம பாத்துக்கினா போதும்ணா. என்ன பண்றதுன்னு சொல்லுண்ணா" என்று விலங்கியல் துறையில் முனைவர் பட்டத்துக்கு ஆராய்ச்சி செய்யும் ஜேம்ஸ் அண்ணன் கேட்டார். 'கேட்டார்' என்று சொல்லக்கூடாது. புலம்பினார் என்றுதான் சொல்ல வேண்டும்.

"சார், ஒங்க தாத்தாவுக்கு, அப்பாவுக்கு வழுக்கை இருக்குதா சார்?" என்று முடிவெட்டிக் கொண்டிருந்ததை நிறுத்திவிட்டுப் பின்னால் திரும்பி மருத்துவரைப் போல் எதிர்க்கேள்வி கேட்டார்.

"ஆமாண்ணா இருக்குதுண்ணா." என்று பதில் சொன்னார்.

"வீட்டுக்குள்ளயே காரணத்தை வச்சுக்கிட்டு சும்மா வெளியில ஏன் சார் தேடி அலையுறிங்க. இதெல்லாம் நம்ம வாரிசுச் சொத்து." என்றார். அவர் என்ன சொல்லியும் ஜேம்ஸ் அண்ணனுக்குத் திருப்தியில்லை.

"அப்போலோ ஆஸ்பத்திரிக்கு அடுத்த மாசம் அமெரிக்காவுல இருந்து ஒரு ஸ்பெசலிஸ்ட் வர்றாராம். அவரைப் பார்த்து கன்சல்ட் பண்ணலாம்னு இருக்கேன்" என்றார்.

"சார், நம்ம பாட்டன் பூட்டன் சம்பாதிச்சு வச்ச ஆஸ்தியை எப்படி அனுபவிக்கறமோ அது மாதிரி இதையும் அனுபவிக்கத்தான் வேணும். நேரத்தையும் பணத்தையும் வீண் பண்ணாதீங்க." என்று தன் பங்குக்கு என்ன நல்லது செய்ய வேண்டுமோ செய்துவிட வேண்டுமென்ற கடமையுணர்ச்சியோடு இதையெல்லாம் சொல்வார்.

“பாஷாண்ணா, இந்த வயசிலேயே முடியெல்லாம் நெறைய நரைக்க ஆரம்பிச்சுருச்சுண்ணா.” நரைத்த தலைமயிர்கள் அடர்ந்து வளர்ந்திருந்த மரியம் சொன்னான்.

“தம்பி, எனக்கும் சின்ன வயசுலேயே நரைக்க ஆரம்பிச்சுருச்சு. அதை அப்படியே சும்மா கண்டுக்காம விட்டுரு. இப்பயெல்லாம் பொண்ணுங்களுக்குக்கூட நெறைய பேருக்கு நரைக்குதுப்பா. ஒனக்கு ஃபிகருங்க செட்டாயிரும். கவலைப்படாத.”

“என்னாண்ணா, ஒங்ககிட்ட வந்தா நல்ல மருந்து சொல்லுவீங்கன்னு பாத்தா இப்படிக் கிண்டல் பண்றீங்க.” என்று கோபித்துக் கொண்ட மாதிரி முகத்தைச் சுளித்தான்.

“அட நெஜமாத்தான்ப்பா சொல்றேன். நீ சின்ன வயசிலயிருந்து தெனமும் தலைக்கு எண்ணெய் வச்சுப்பியா?”

‘இல்லவே இல்லை’ என்பது மாதிரி பலமாகத் தலையாட்டினான் மரியம்.

“அப்புறம் இந்த வயசுலேயே நரைக்காம என்ன பண்ணும். அப்பப்ப செய்ய வேண்டியதை அப்பப்ப செஞ்சுரணும். இல்லைன்னா இப்படித்தான் பின் காலத்துல வந்து சும்மா அவஸ்தைப்படணும்.”

அப்போது எஃப்.எம். ரேடியோவில் ஒருவர் கவிதை நடையில் பேசிக் கொண்டிருந்தார். சென்னையில் எஃப்.எம். அறிமுகமாகியிருந்த புதிது. எங்குப் பார்த்தாலும் எல்லோரும் எஃப்.எம். ரேடியோ கேட்பதிலேயே பொழுதைக் கழித்துக் கொண்டிருந்தனர்.

“தம்பி இப்ப ரேடியோவுல பேசுறாரே அரசு. அவரு நம்ம ஹாஸ்டல் ஸ்டூடண்ட்தான். அவருக்கு அப்பவே கொஞ்சம் நரைச்சுருச்சு. அவரும் இப்படித்தான் நரையத் தடுக்கணும்னு எங்கெங்கயோ அலைஞ்சு பாத்தாரு. கடைசியில இருக்குறத காப்பாத்துனா போதும்னு விட்டுட்டாரு.” என்று மரியத்துக்கு ஒரு நிகழ்கால வாழும் உதாரணத்தைச் சொல்லிப் புரியவைக்க முயன்றார்.

“இப்ப என்னண்ணா பண்ணலாம்.” ஏதாவது ஒரு தீர்வைச் சொல்வார் என எதிர்பார்த்துக் கேட்டான்.

“மனசைப் போட்டுக் கொழப்பிக்காதப்பா. கொஞ்ச நாள் ஆனப்புறம் பொண்ணு பாக்கப்போறப் போது மாத்திரம் டை அடிச்சுக்கலாம்.” என்று அவர் சொன்னதும், “விடு மச்சி. நரைச்சா பரவாயில்லை. முடி இருக்குதேன்னு சந்தோஷப்படு. அங்க பாரு ஜேம்ஸ் அண்ணனுக்கு எதுவும் இல்லாம தேங்காய் வழுக்கை மாதிரி ஆயிட்டு வருது தலை” என்று சேரன் சொன்னதும்

உட்கார்ந்திருந்த எல்லாரும் சிரித்தனர். மாணிக்கம் அண்ணன் கடையில் எப்போதும் பாட்டுச் சத்தமும் பேச்சுச் சத்தமும் ஓயாமல் கேட்டமயமாகத்தானிருக்கும். வேலையின் குறுக்கே வந்து யாராவது நச்சரிச்சபடி இருந்தாலும் கேலியும் கிண்டலுமாகப் பதில் சொல்லிச் சமாளிப்பார்.

நான்கைந்து மாதங்களாக பாஷா அண்ணன் கடைக்கு முடிவெட்டப் போகவில்லை. ஒருநாள் யதேச்சையாக பாத்ரூம் பக்கம் என்னைப் பார்த்ததும் முடிவெட்ட கடைக்குச் சென்று பல நாட்களாகிவிட்டது என்பதைக் கவனித்து, “என்னாப்பா, இப்பல்லாம் கடைப்பக்கம் வர்றதே இல்லை. சும்மாவாவது வந்து போகலாம்ல” என்று கேட்டார்.

“வர்றண்ணா” என்று சொல்லி நழுவிக் கொண்டேன்.

“நம்மள மாதிரியெல்லாம் வெளியில அக்கறையா பாத்துப் பாத்து வெட்ட மாட்டாணுங்கப்பா” என்றும் சொன்னார். நான் முடி வெட்டியிருந்ததைக் கவனித்துத்தான் அப்படிப் பேசினார் என்பது மிகவும் தாமதமாகத்தான் புரிந்தது.

அக்கறையோடு வெட்டக்கூடிய ஆள் இருந்ததால்தான் வரவில்லையென்று அவருக்குத் தெரியாது. அக்கறையும் எந்தச் செலவுமில்லாமல் முடிவெட்டிக் கொள்ள வாய்ப்பிருந்ததுமே அவரிடம் செல்லாததற்கான காரணங்கள். எங்கள் வகுப்பு நண்பன் சேரன் முடிவெட்டுவதில் கைதேர்ந்தவன். சேரனிடம் சொந்தமாகக் கத்திரிக்கோல் இருந்தது. அவனே நண்பர்கள் அனைவருக்கும் முடிவெட்டிவிட்டான் என்று அறிந்ததிலிருந்து நானும் சேரனிடம் முடிவெட்டிக் கொள்ள ஆரம்பித்தேன். மாணவர்கள் அனைவரும் குளிக்க வரும் குளியலறைகளுக்குப் பக்கத்தில் பெரிய தண்ணீர்த் தொட்டி இருந்தது. பெரிய அரசமரம் நிழலை வாரி இறைத்திருந்தது. பக்கத்தில் ரயில் தண்டவாளங்களின் வெற்றிடத்திலிருந்து காற்று வருவதும் அரச இலைகள் சிலிர்த்து ஆடுவதும் தோதாக இருந்தன. குளியலறைகளிலிருந்து செல்லும் நீர் வாய்க்கால் வழியாகப் பக்கத்திலிருந்த வாழைத்தோப்புக்குப் பாய்ந்தது. வாழைத் தோப்புக்குப் பக்கத்திலேயே புடலைப் பந்தல். புடலைப் பந்தலை அடுத்துச் சமையலறை. இரண்டுக்கும் இடையில் இருந்த காலியிடத்தைச் சுரைக்காயும் பூசணிக்காயும் ஆக்கிரமித்துப் படர்ந்துக் காய்த்திருந்தன. குளுமை நிறைந்திருந்த சூழலில் சேரன் சளைக்காமல் மிக விருப்பத்துடன் நண்பர்கள் குழாமிலிருந்த ஐந்தாறு பேருக்கும் தேவைப்படும் போதெல்லாம் முடி வெட்டிவிட்டான். மாணிக் பாஷா இதைப் பார்க்கும் போதெல்லாம்

ஒரு மர்மப் புன்னகையை விஷமமாக வீசிவிட்டுப் போவார். அந்தச் சமயங்களில் அவருடைய கண்கள் வறண்டு காட்சியளிக்கும். தான் அந்தக் காட்சிகளைக் காணாதது போலவும் அது தனக்கு ஒரு பெரிய விசயமேயில்லை என்பது போலவும்தான் மிகச் சாதாரணமாக எங்களைக் கடந்து கழிப்பறைப் பக்கம் போவார். பாஷாவின் உள்ளம் தனக்குரிய விலைமதிப்புமிக்க பொருளைத் தொலைத்தது போலக் கொதித்துக் கொண்டிருக்குமோ என்ற சந்தேகம் எல்லோருக்கும் இருந்தது.

"எப்படிடா சேரா, முடிவெட்டக் கத்துக்கிட்ட?" என்று எல்லோரும் கேட்டதைப் போலவே எங்கள் கோயம்புத்தூர் நண்பனொருவன் முதல்முறையாகப் பார்த்தபோது ஆச்சரியத்தோடு கேட்டான். யாரோடும் அவ்வளவு சீக்கிரத்தில் நெருங்கிப் பழக மாட்டான். அவன் பெரிய பணக்காரக் குடும்பமென்றாலும் பெரிய கஞ்சனாக இருந்தான். சேரனிடம் எந்தச் செலவுமில்லாமல் முடிவெட்டிக் கொள்ளலாம் என்று தெரிந்து அவனும் எங்களோடு சேர்ந்து கொண்டான்.

"சைதாப்பேட்டை கவர்மெண்ட் ஹாஸ்டல்ல எல்லாரும் இப்படித்தான் பசங்களே வெட்டிக்குவாங்க. அங்கத் தங்கியிருந்தப்ப நானும் கத்துக்கிட்டேன்."

"நான் கூட நீ பார்பர் ஃபேமிலியோன்னு நெனச்சுட்டன்டா" என்றான் பக்கத்தில் எனக்கு அடுத்து முடிவெட்டக் காத்திருந்த இன்னொரு நண்பன்.

"ஏன் பார்பர் குடும்பத்துல பொறந்தாத்தான் முடிவெட்ட வருமா? நீ என்ன கேக்க வர்றேன்னு எனக்குப் புரியுது. நான் அம்பட்டையான் சாதியான்னு சந்தேகம். அதுதான. கத்திரியைக் கையில புடிச்சு கத்துக்கிட்டா யார் வேணும்னாலும் வெட்டலாம்டா."

"யார் எதை நெனச்சாலும் செய்ய முடியும்தான். ஆனா அத அத அந்தச் சாதிக்காரன்தான்டா செய்யோணும். எங்க ஊர்ல அம்பட்டையான் சாதிதான் முடிவெட்டுவானுங்க."

"மணியாட்ட ஒரு சாதி. முடிவெட்ட ஒரு சாதி. ஒங்க கிராமங்கள்லதான் இப்படிப் பண்றீங்கன்னா நீங்க மெட்ராஸ் வந்தும் திருந்த மாட்டீங்களாடா"

"மெட்ராஸ் மட்டும் என்ன இந்தியாவுக்கு வெளியிலயா இருக்கு. ஊர்ல இருந்துதானடா சிட்டிக்கு வர்றானுங்க. அங்க அம்பட்டையான் செஞ்சா, இங்க மெட்ராஸ்லயும் அம்பட்டையான் இல்லாமலா போயிருவான்."

“இந்தச் சாதிதான் இதைச் செய்யணும்னு நெனக்கிறதைவிட கேவலம் வேற இல்லடா. ஓங்க சாதிக்காரங்க படிக்கவே கூடாதுன்னு ஒரு காலத்துல இருந்துச்சு. இப்ப நீங்க படிக்காம இருக்கீங்களா?”

“எப்பா டேய்... ஒங்கிட்ட பேசி மாரடிக்க முடியாதுடா. நீ அப்புறம் சாதியை ஒழிக்கோணும். புரட்சியை நடத்தோணும்னு பேச ஆரம்பிச்சுருவ. சீக்கிரம் அவனுக்கு முடிச்சுவிடு.” சேரன் பேச ஆரம்பித்தால் புரட்சிகரமாகத்தான் பேசுவான் என்பதைத் தெரிந்து வாதத்தை அவன் அத்தோடு முடித்துக் கொண்டான். சேரன் ஒரு துடிப்பான இளைஞன் என்று கல்லூரியில் பெயரெடுத்திருந்தான். முற்போக்குக் கொள்கைகளை உள்வாங்கியவனாக, அவற்றை மிகத் தீவிரமாகப் பிரச்சாரம் செய்ய வேண்டுமென்று விரும்பியவனாக மாணவர் இயக்கங்களில் பணி செய்து கொண்டிருந்தான். கல்லூரி விழாக்களில் கவிதைகள் வாசிக்கும் போதும், பேச்சுப்போட்டியில் பேசும்போதும், நாடகங்கள் போடும்போதும் அந்தக் கொள்கைகளைப் பிரச்சாரம் செய்தான். மாணவர்களுக்கு ஏதேனும் பிரச்சினை என்றால் முதல் ஆளாய் முன்னால் நின்று ஆதரித்தான். தேவையேற்பட்ட போது போராட்டங்கள் செய்தான். சில சமயங்களில் கல்லூரி நிர்வாகத்தை எதிர்த்துப் போராட்டம் செய்பவனாகவும் நடந்து கொண்டான்.

சில மாதங்கள் கழித்து சேரன் முடிவெட்டுவதை முழுவதுமாக விட்டுவிட்டான். நானோ என் நண்பர்களோ அவனை எவ்வளவு வற்புறுத்திய போதும் எங்களுக்கு முடிவெட்ட மறுத்துவிட்டான். “இல்லைடா... எனக்கு உடம்புக்கு முடியலைடா. கடைக்குப் போய் வெட்டிக்குங்க.” என்றான். மீண்டும் கேட்ட போது, “அட போடா... எவ்வளவு வேலை இருக்கு. முடிவெட்ட எங்க நேரம் இருக்குது? செமஸ்டருக்குப் படிக்கணும்டா” என்று சலிப்பாகச் சொன்னான். நாங்கள் போகும்போதெல்லாம் மாணிக் பாஷா தன் சலூன் கடையில் பரபரப்பாக முடிவெட்டிக் கொண்டிருந்தார். முன்பு இருந்ததைப் போல எங்களோடு வேடிக்கையாகப் பேசுவதை நிறுத்திக் கொண்டது மாதிரி எனக்குப் பட்டது. அளவாக நிறுத்து வைத்த மாதிரிதான் எங்களோடு பேசினார். எங்களுக்கு மட்டும் எந்தச் சுவாரஸ்யமுமின்றி அரைகுறையாக வெட்டிவிடுகிறாரோ என்றுகூட எனக்குத் தோன்றியது. பாஷா அண்ணன் செய்யும் ஃபேஷியல் பிளீச்சில் முன்பிருந்த சுகமான ஸ்பரிசம் மறுபடியும் அவரின் கைகளிலிருந்து கிடைக்கவேயில்லை. உண்மையிலேயே கடனுக்குச் செய்வது போலத்தான் தன்

வேலைகளைச் செய்தார். எனக்கு மட்டும்தான் அப்படியொரு உணர்வு வந்தது. என் நண்பர்களிடம் இதைச் சொன்னபோது “அப்படியெல்லாம் ஒன்றுமில்லை” என்று சொன்னார்கள். சேரன்தான் “அப்படியெல்லாம் கிடையவே கிடையாது” என்று அதைக் கடுமையாக மறுத்தான். ஆனால், குளியலறைக்குப் பக்கத்தில் சேரனிடம் வெட்டும்போது கிடைத்த சுகம் கடையில் வெட்டும் போது கிடைக்கவில்லை. இந்தத் திடீர் மாற்றங்களுக்கு காரணம் என்னவென்று எவ்வளவு யோசித்தும் புரியவில்லை. எனக்கு மட்டும்தான் அப்படித் தோன்றுகிறது என்பதை நினைக்கும் போதுதான் விசித்திரமாக இருந்தது.

நினைவுகள் ஒன்றன்பின் ஒன்றாய் நேரில் நடப்பது போல நேர்த்தியாகவும் ஒன்றோடொன்று முட்டிமோதிக் கலவையாகவும் தோன்றித் தோன்றி மறைந்தன. பக்கத்து இருக்கையில் கேட்ட கிசுகிசுவென்ற சத்தத்தைக் கேட்டுக் கண்களை லேசாகத் திறந்து பார்த்தேன். என் இருக்கைக்கு அடுத்த இருக்கையில் கருப்பு ஜோடி உட்கார்ந்திருந்தது. இளைஞனின் தலைமுடி கருப்புத் திராட்சையை நட்டு வைத்ததைப் போலக் குட்டிக் குட்டியாய்ச் சுருண்டு சுருண்டு இருந்தது. இளைஞனும் இளம்பெண்ணும் பேசிக் கொண்டிருந்தது கச்சேரியில் வாத்தியக்கருவிகளை மாறிமாறி வாசிப்பதுபோல ராகம் இழைந்து வந்தது. தூக்கத்திலிருந்து எழ மனம் வரவில்லை. தூக்கத்தை இழந்துவிடக் கூடாதென்று மறுபடியும் போர்த்திக் கொண்டு படுத்தேன். கனவுகளின் இடைஞ்சல் இல்லாத நினைவுகளின் தொந்தரவுகளற்ற ஆழ்ந்த தூக்கம் வேண்டுமென்று மனம் ஏங்கியது. அப்போது தலைசுற்றுகிற மாதிரி இருந்தது. தூக்கத்துக்குள் போய் ஒளிந்து கொண்டால் அதிலிருந்து தப்பித்துவிடலாம் என்று கண்களை இறுக்கமாய் மூடி உறங்கிட முயன்றேன்.

★

7

எனக்கு மயக்கமாக வந்தது. மயங்கிச் சரிந்து விழுகிறேன். சரிந்து விழும்போது ஏதேனும் காயம்பட்டுவிடுமென்ற எச்சரிக்கை உணர்வால் தொட்டா சிணுங்கிச் செடியைத் தொட்டால் மூடிக் கொள்ளுமே அதைப் போல மெல்லத் தரையில் சாய்ந்து கைகளை மடித்துத் தலைக்கு வைத்துத் தூங்க முயற்சிக்கிறேன். சாய்ந்து படுத்ததும் நிறைய குடித்திருந்ததால் வாந்தி வருவது போல இருந்தது. 'குடிக்கவே இல்லையே. பிறகு எப்படி வாந்தியெடுக்கும் உணர்வு வரும்' என்று என் மேலேயே எனக்குச் சந்தேகம் உண்டானது. நன்றாகத் தூங்கிவிட்டேன். ஆழ்ந்த தூக்கம். ஆழ்ந்த தூக்கம் இன்னும் ஆழத்துக்கு இழுத்துச் செல்கிறது. அதலபாதாளத்தில் மிதக்கிறேன். ஆழம் கூடிக் கொண்டே போகிறது. பற்றிக் கொள்ள ஏதேனும் கிடைக்குமா என்று தேடுகிறேன். இருளைத் தவிர வேறெதுவும் கண்ணுக்குத் தெரியவில்லை. எங்கிருக்கிறோம் என்று புரிந்துகொள்ள எவ்வளவு யத்தனித்தாலும் பிடிபடவேயில்லை.

இப்போது நான் கீழே வீழ்ந்து கொண்டிருக்கும் வேகம் கூடுகிறது. இறுதியில் அது நான் வாழும் உலகம் இல்லையென்று கொஞ்சம் கொஞ்சமாக விளங்குகிறது. நான் மட்டுமல்ல. எந்த ஜீவராசியும் வாழும் உலகமல்ல அது. குறிப்பாக, மனிதர்கள் யாருமற்ற வெளியாகத் தெரிந்தது. கும்மிருட்டைத் தவிர எதுவும் புலப்படாத இன்னொரு உலகம். கருமை மட்டுமே கண்ணுக்குத் தெரிந்த எந்த வடிவமும் அற்ற வெளி. கடலின் நீலத்தைப் போலக் கருமையாக மட்டுமே பரவி இருந்தது. கடலின் நீலமாவது மேலெழுவதும் கீழே தாழ்வதுமாக இருக்கும். யாவையும் சில கணங்கள் உறைகின்றன. கருவெளியில் எந்த அசைவுமில்லை.

இப்போது 'சர்'ரென ராக்கெட் சீறிப்பாய்வது மாதிரி இன்னும் அதிவேகமாகக் கீழே வீழ்ந்து கொண்டிருக்கிறேன். வாழ்க்கை இன்னும் கொஞ்ச நேரத்தில் முடிந்துவிடப் போவதைப் போல

உணர்ந்தேன். இன்னும் சில மணித்துளிகள்தான் உயிர் இந்த உடலில் தங்கும் என்று தோன்றியது. உயரம் புரியாமல் ஆழம் தெரியாமல் உலகின் மிகப் பயங்கரமான குழிக்குள் விழுந்து கொண்டிருக்கும் வாழ்வின் கடைசி தருணங்களை ஒரு நிமிடம் நினைவில் வைத்துக் கொள்ளும் முயற்சியில் அந்தக் கணங்களை ஆழ்மனதுக்குள் உள்வாங்குகிறேன். மிகவும் பாதுகாப்பாகக் காலாகாலத்திற்கும் மறைந்து போகாவண்ணம் பத்திரப்படுத்த முயற்சிக்கிறேன். விமானத்தின் கருப்புப் பெட்டியைப் போல ஆழ்மனப் பாதுகாப்பு அறைக்குள் பொதித்து வைக்கப்பட்ட அந்தக் கடைசி தருணங்களைப் பிறர் அறியத் துணை செய்யக்கூடும். மனிதனின் ஆழ்மனத்தைக் காப்பாற்றி வைக்க முடியுமா என்றொரு சந்தேகம் வந்தது. ஒருவேளை ஆழ்மனங்களில் காப்பாற்றி வைக்கப்பட்டாலும் மனித நினைவுகளை இன்னொரு மனிதனால் வாசித்துப் புரிந்துகொள்ள முடியுமா என்றொரு சந்தேகமும் அதனோடு இணைந்தே எழுந்தது.

வாழ்வின் இறுதிகட்டத்தை நெருங்கிவிட்டேன் என்பது துல்லியமாகத் தெரிந்தது. சாவின் விளிம்பில் அதைத் தொட்டுத் தழுவும் சில அடி தூரத்தில் இருந்தேன். இன்னும் சில மைக்ரோ செகண்டுகளில் நான் கடந்தகாலமாகப் போகிறேன். அந்த நொடியில் எனக்குப் புரிந்துவிட்டது. விமானத்தில் பயணித்துக் கொண்டிருக்கிறேன் என்பது நினைவுக்கு வந்தது. அதுதான் பூமிக்குக் கீழே என்னை ஆழத்துக்கு இழுத்துச் செல்வதாக உணர வைத்தது. பூமிக்குப் பல கிலோமீட்டர் தொலைவில் உயரத்தில் பறந்து கொண்டிருக்கிற நான் கீழே சரிந்துவிழுவதாக ஏன் தோன்றியது என்பதற்கான காரணம் இப்போது தெளிவாகியது. விமானம் கீழே விழுந்து கொண்டிருக்கிறது.

ஆகாயத்தில் மிகவேகமாகச் சென்றுகொண்டிருந்த விமானம் நிலைதடுமாறிக் கட்டுப்பாட்டை இழந்து பூமியை நோக்கி வீழ்ந்து கொண்டிருக்கிறது. மனதில் அச்சம் உண்டானது. உட்கார்ந்திருந்த இருக்கையின் இரண்டு கைகளையும் இறுகப் பற்றி கண்களை அழுத்தி மூடிக் கொண்டேன். விமானம் புறப்படும் முன்பு பணிப்பெண் விவரித்த முன்னெச்சரிக்கை விவரங்களை நினைவூட்டிப் பார்க்கிறேன். அச்சத்தில் எதுவும் ஞாபகத்திற்கு வரவில்லை. கைகால்கள் நடுங்க ஆரம்பித்தன. கண்களை இறுக்கி மூடிக் கொண்டு கால்களைக் கெட்டியாகத் தரையில் மிதித்து அழுத்தமாக ஊன்றிக் கொண்டேன். அடுத்த சில நிமிடங்களில் விமானம் ஏதோவொரு இடத்தில் விழுந்து நொறுங்கி வெடித்துச்

சிதறப் போகிறது என்று தெரிந்தது. பிரயாணிகளின் எலும்புகூட மிஞ்சப்போவதில்லை.

இவ்வளவு உயரத்திலிருந்து மிகவேகமாகப் பூமியை நோக்கி வருவதால் விமானம் தரையில் பலமாக மோதும். மோதி வெடித்துச் சிதறும்போது உண்டாகும் பெரும் நெருப்பில் எல்லா மனிதர்களுடைய உடலும் எரிந்து பஸ்பமாகிவிடும். சாம்பல்கூட மிஞ்சாது. கீழே வீழ்ந்து கொண்டிருக்கும்போதே பலபேரின் உயிர் பிரிந்திருக்கும். இறுதிப் பிரார்த்தனை செய்தவர்களின் உயிர் ஆகாயத்திலேயே பிரிந்திருக்கும். தன்னைக் காப்பாற்றாத கடவுளைத் தேடித்தேடிக் காணாமல் களைத்துப் போயிருப்பார்கள். பிறகு, கடலுக்குள் விழுந்து ஜலசமாதி அடையும். மிக உயரத்தில் பறக்கும்போது விமானம் கடலுக்கு மேலேதான் பறக்கும். விமானம் வாஷிங்டனிலிருந்து கிளம்பி சிலமணி நேரங்கள்தான் ஆகிறது. அதனால் அட்லாண்டிக் சமுத்திரத்துக்கு மேல்தான் இந்த நேரத்திற்குப் பறந்து கொண்டிருக்கும். மிகவேகமாகப் பலமுறை சுழன்று சுழன்று வந்து பெருங்கடலின் மேற்பரப்பில் பூகம்பத்தையே உண்டாக்கும். இவ்வளவு உயரத்திலிருந்து மிக வேகமாக மோதும் எந்தப்பொருளும் நிச்சயம் அப்படியொரு பிரளயத்தை ஏற்படுத்தும். விமானம் விழும் இடத்தில் ஏதேனும் பயணிகள் கப்பல் சென்றுகொண்டிருந்தால் அதையும் இரண்டாகப் பிளந்து நொறுக்கிவிடும். அதில் பயணம் செய்யும் மனிதர்களையும் அதனோடு சேர்த்து ஆழத்துக்கு இழுத்துக் கொண்டு போய்விடும். இந்த விபத்தை ஆதாரமாகக் கொண்டு ‘டைட்டானிக்’கைப் போல இன்னொரு காதல் திரைப்படம் வரலாம். எந்தக் கப்பலும் அது மோதும் திசையில் இல்லையென்றால் கடலின் அடியாழத்திற்குச் சென்று யாரும் பார்த்திராத அதன் தரைப்பரப்பில் மோதி அங்கேயே கொஞ்சம் கொஞ்சமாய் நொறுங்கிச் சிதைந்துவிடும். எவ்வளவு தேடினாலும் மலேசியா விமானம் போல யாருடைய கண்ணுக்கும் அகப்படாமல் போகும்.

இத்தகைய கோரமான நிகழ்வுகளே அறிவின் எல்லையை இன்னும் விரிவுபடுத்த வேண்டியிருக்கிற கட்டாயத்தைச் சொல்கின்றன. மனிதன் காலமெல்லாம் ஆராய்ந்து கொண்டே இருக்க வேண்டிய அளவுக்குப் புதிர்கள் இருக்கின்றன. புதிர்கள் அவிழ்ந்துவிட்டதாக நினைக்க நினைக்க விநோதங்கள் தலைகாட்டுகின்றன. புதுப்புது விசயங்கள் இயற்கையின் எந்த சூட்சுமத்தையும் கண்டுகொள்ள முடியாதபடி ஆட்டங்களை நிகழ்த்திக் காட்டுகின்றன.

தரையில் மோதி எரிவாயுவின் தூண்டுதலால் கொழுந்து விட்டெரிந்து நெருப்பின் நாவுகளுக்குப் பலியாவதற்கோ அல்லது கடலின் ஆழத்தில் திமிங்கலங்களுக்குத் தின்னக் கொடுப்பதற்கோ எடையற்ற உடலைச் சுமந்து வீழ்ந்து கொண்டிருந்தேன். அடுத்த சில நொடிகளில் வரலாற்றின் கோரமான பக்கங்களில் நிரந்தரமாக இடம் பிடிக்கக்கூடியச் செய்தியாக மாறப் போகிறேன். அந்தச் சமயத்தில்தான் திரைப்படங்களில் வரும் கதாநாயகனைப் போல நாகண்ணா பறந்து வந்தார். விமானிகளின் கேபினுக்குள் சென்று விமானத்தைத் தன் முழுக் கட்டுப்பாட்டில் எடுத்துக் கொண்டார். நாகண்ணா எங்கிருந்து எப்படி விமானத்திற்குள் நுழைந்தார் என்னும் கேள்வி எப்போதைக்கும் பதில் கிடைக்காத கேள்வியாய்த் தொக்கி நின்றது. தான் விமானத்தைக் கட்டுப்படுத்திக் கொண்டிருப்பதாகவும் பயணிகள் ஏற்கெனவே போட்டுக் கொண்ட சீட்பெல்ட்டைத் தான் சொல்லும் வரையில் கழற்றக் கூடாதென்றும் நாகண்ணா எல்லோருக்கும் கட்டளைகளைப் பிறப்பித்தார். விமானத்தில் பிரச்சினை இல்லையென்றார். யாரும் பயப்படத் தேவையில்லையென்று தைரியம் சொன்னார். அடுத்த சில நிமிடங்களில் இயல்பு நிலைக்குத் திரும்பிவிடுமென்று கரகரப்பான குரலில் அறிவுறுத்திக் கொண்டே வந்தார்.

பல ஆண்டுகளுக்குப் பிறகு நாகண்ணாவின் குரலைக் கேட்டதும் மகிழ்ச்சி பொங்கியது. சில நொடிகளிலேயே எனக்குள் திகைப்பு. ஐதராபாத்தின் மாதாப்பூரில் சலூன் கடை வைத்திருக்கும் நாகண்ணா எப்போது விமானியாக மாறினார் என்ற திகைப்பு. அதுவும் வாஷிங்டனிலிருந்து கிளம்பிய விமானத்தின் விமானியாக நாகண்ணா இருக்க வாய்ப்பே இல்லையென்று மனம் உறுதியாக நம்பியது. விமானத்தில் பயணிக்கும் பல்வேறு நாட்டுக்காரர்களுக்கும் நாகண்ணா சரளமான அமெரிக்க ஆங்கிலத்தில் அறிவுரைகளைக் கொடுத்துக் கொண்டேயிருந்தது கனவிலும் சாத்தியமில்லை என்று தோன்றியது.

விமானி கேபினுக்குள் நுழைந்து ஒருமுறை நாகண்ணாவைப் பார்த்து வரலாமென்று எழ முயற்சித்தேன். உடலை அசைக்கக் கூட முடியவில்லை. கைகால்கள் வாதத்தால் முடங்கியது மாதிரி எங்கும் நகர மறுத்தன. கண்களைத் திறக்க முடியவில்லை. மேல் இமைகளையும் கீழ் இமைகளையும் பசைபோட்டு ஒட்டி வைத்துத் தைத்துவிட்டார்களா என்ன? ஒன்றும் புரியவில்லை. ஒட்டுமொத்த உடலையும் குலுக்குகிறேன். உடலின் ஏதோ ஒரு பாகத்தில் எங்கோ சிறு அசைவு ஏற்பட்டது மாதிரி ஓர் உணர்வு. 'எழுந்தே

ஆக வேண்டும். விமானத்திலிருக்கிற எல்லாப் பயணிகளின் உயிரையும் காப்பாற்றிய நாகண்ணாவைப் பார்த்தே ஆக வேண்டும். நன்றி சொல்ல வேண்டும்' என்ற நினைப்பு உந்திக் கொண்டே இருந்தது.

உடலை இடமும் வலமும் அசைத்தேன். சிறிது நேரம் கழித்து மெனக்கெடல் எதுவுமில்லாமல் கண்கள் படக்கென்று திறந்து கொண்டன. சுற்றியிருந்தவை அனைத்தும் மங்கலாகத் தெரிந்தது. ஒருமுறைக்கு இருமுறை கண்களைக் கசக்கினேன். விமானம் அதன் இயல்பில் சீராகச் சென்றுகொண்டிருந்தது. பக்கத்தில் உட்கார்ந்திருந்தவர் போர்வையால் முகம் வரைக்கும் இழுத்து மூடி உறங்கிக் கொண்டிருந்தார். சுற்றும் முற்றும் நோட்டம் விட்டேன். சிலர் ஆழ்ந்த உறக்கத்திலிருந்தனர். சிலர் தங்களுக்கு எதிரேயிருந்த சின்னத் திரையில் சினிமா பார்த்தபடி இருந்தனர். இப்போது வரை கண்டது கனவு என்று உறைத்தது. கனவை நினைத்துச் சிரிப்பாக இருந்தது. "அதான... நாகண்ணாவுக்கும் விமானத்திற்கும் என்ன சம்பந்தம்" என மெல்லச் சிரித்துக் கொண்டேன். இப்போது எதற்கு நாகண்ணாவின் நினைவு. யோசித்துப் பார்த்தேன். காரணம் எதுவும் விளங்கவில்லை. 'ஒரு நல்ல மனிதனை நினைப்பதற்குக் காரணங்கள் எதற்கு?' எனக்கு நானே பதில் சொல்லிக் கொண்டேன்.

அப்போது ஹைதராபாத்தின் சைபர்டவர் கட்டடத்தில் பன்னாட்டு நிறுவனத்தில், மனிதவளப் பிரிவில் பணி செய்து கொண்டிருந்தேன். சைபர்டவர் அமைந்திருக்கும் மாதாப்பூர், ஐதராபாத் மாநகரத்திலேயே மிகவேகமாக வளர்ந்து வரும் பகுதியாக இருந்தது. அருகில் அறையெடுத்து நண்பர்களோடு தங்கியிருந்தேன். வானைத் தொட்டுவிடுமளவு உயர்ந்த அடுக்குமாடிக் கட்டடங்களும் மென்பொருள் துறை சார்ந்த தொழில்நிறுவனங்களும் நிறைந்திருந்த பகுதி மாதாப்பூர். அதிநவீன உலகின் சாயல் கவிந்திருந்தது. சாலையில் சில நிமிடங்கள் நின்று பார்த்தால் உயர்ரக வாகனங்கள் 'சர்சர்'ரென விரைந்து செல்லும். சாலையைக் கடப்பவர்களும் அங்குமிங்கும் விரைந்து செல்லும் இளைஞர்களும் நவீன நாகரிகத்தின் அச்சு வார்ப்புகளாய் இருந்தனர். பன்னாட்டு பிராண்டுகள் அச்சிடப்பட்ட பொருட்களை விற்பனை செய்யும் பிரத்யேக ஷோரூம்கள்தான் எல்லா முனைகளிலும் பளபளப்பாகக் காட்சியளித்தன. முடிவெட்டிக் கொள்ள வேண்டுமென்று சலூனைத் தேடி அலைந்து இறுதியில் ஜஸ்ட் டயல் எண்ணுக்குப் பேசினால் அவர்கள் நேச்சுரல்ஸ் ஷோரூம் சலூனின் முகவரியையும் தொடர்பு

எண்ணையும் தந்தார்கள். அதன் பிரம்மாண்டம் வியக்க வைத்தது. அதில் அதிகக் கூட்டமாய் இருந்தது. காலையில் பதினோரு மணிக்குப் போன சமயம் அங்கு வரவேற்பறையில் நின்றிருந்த ஓர் இளம்பெண்ணிடம், "ஹேர் கட்டிங்" என்று சொன்னதற்கு "சார், வாடிக்கையாளர்கள் நிறைய பேர் ஏற்கெனவே காத்திட்டுருக்காங்க. சாயங்காலம் நாலு மணிக்கு வந்தா நல்லபடியா முடிச்சுக்கலாம்" என்று ஆங்கிலத்தில் பேசினாள். நான்குமணிக்கு இன்னொரு வேலையை வைத்துவிட்டு வந்திருந்தேன்.

சிறிதுதூரம் சென்று வேறெதுவும் சலூன் இருக்குமா என்ற நினைப்பில் திரும்பினேன். முதன்மைச் சாலையிலிருந்து பிரிந்த பக்கத்து வீதியில் புகுந்து நடந்தேன். அதுவும் நல்ல அகலமான சாலை. பெரிய அளவில் வியாபாரம் நடக்கும் பஜாரைப் போல இருந்தது. நூறடி தூரம் நடந்ததும் ஒரு சலூன் கடை. ஆரஞ்சு வண்ணப் பூச்சில் கண்ணைப் பறிக்கும் கட்டடத்தின் இரண்டாவது மாடியில் 'பர்ஃபெக்ட் லுக் ஹேர் டிரஸ்ஸஸ் & பியூட்டி பார்லர்' என்ற பெயர்ப்பலகை. எழுதியிருந்த பெயரும் நல்ல டிசைனும் எவரையும் கவர்ந்துவிடும் கருப்பு வெள்ளை நிறத்தில் பளிச்சென்று தெரிந்தது. வெளியிலிருந்து பார்ப்பதற்கு ஊர்ப் பக்கமிருக்கும் சாதாரணமான சலூன் கடையைப் போலத் தெரிந்தது. உள்ளே போனால் குளிரூட்டப்பட்டு நவீன வசதிகள் நிறைந்த சலூனாக இருந்தது. கட்டடத்தில் அப்போது கட்டுமான வேலைகள் நடந்து கொண்டிருந்தன. மாடியில் ஏறும் போது எங்கு பார்த்தாலும் சிமெண்டு வாடை மூச்சை முட்டியது. உள்ளே சென்று அரைகுறை தெலுங்கில் எப்படியோ சமாளித்து மிக நன்றாகவே - எனக்குத் திருப்தி தரும் விதமாக - முடிவெட்டிக் கொண்டு எழுந்து வந்தேன். இமை மயிரில் கிடந்த தலைமுடி ஒன்று கண்ணை மறைத்தது. அதைத் துடைத்தெடுக்க முயன்று கண்ணில்பட்டுக் கண்கலங்கியது. மறுபடியும் சட்டையைத் தூக்கி முகத்தைத் துடைக்க முற்பட்டேன். துடைத்துக் கொண்டே கடைக் கதவைத் திறந்து கொண்டு எட்டு வைத்து வெளியே நடந்தேன்.

வெளியில் வந்ததும் மேல்மாடியிலிருந்து யாரோ கல்லும் மண்ணும் கலந்த குப்பையைக் கொட்டினார்களா அல்லது குவிந்து கிடந்ததைக் கட்டடக் கழிவுகளைத் தள்ளிவிட்டார்களா என்று சரியாகத் தெரியவில்லை. சில நொடியில் கவனிக்காமல் ஒரு பலகையில் கால் வைத்ததும் தடுமாறிச் சறுக்கி விழுந்தேன். மேற்கூரையில் கான்கிரீட் போடுவதற்காகச் சரியாக வைக்கப்படாத பலகைகள் விலகிச் சரிந்து கீழே விழுந்துவிட்டேன். இரண்டாவது

மாடியிலிருந்து பலகைகள், சவுக்குக் கம்புகள், செங்கற்கள், சிமெண்டு மூட்டைகள் என்று மாறி மாறி விழுந்து கீழ்த் தளத்தை அடைந்தபோது கைகளை ஊன்றியதில் கையில் காயம் உண்டானது. உடனடியாக மருத்துவமனைக்குத் தூக்கிச் செல்லப்பட்டதால் கையில் உடைந்த எலும்பு சரிசெய்யப்பட்டுவிட்டது. தலையிலும் முதுகிலும் பெரிய அளவில் அடிபடாமல் ஆபத்திலிருந்து தப்பித்ததையும் நாகண்ணாதான் சொன்னார்.

விழுந்த சத்தம் கேட்டதும் கடையைவிட்டு வெளியே ஓடி வந்தார் நாகண்ணா. மாடியிலிருந்து கீழே அடுக்கி வைக்கப்பட்டிருந்த சிமெண்டு மூட்டைகளின் மீது பட்டெனக் குதித்தார். வெளியில் கீழே குவித்து வைக்கப்பட்டிருந்த மணலில் தாவித் தாவிக் குதித்து வந்து மருத்துவமனைக்குத் தூக்கிச் சென்றார். நான் நல்ல நினைவில்தான் இருந்தேன். வீட்டில் சொன்னால் பதறியடித்துக் கொண்டு வருவார்கள் என்பதால் வீட்டில் யாரிடமும் எதுவும் சொல்லவில்லை. கைகால்களில் சிராய்ப்பு. முகத்திலும் நெற்றியிலும் ரத்தக் காயம். கணவன் மனைவி இருவரும் மருத்துவமனையில் இருந்த போதும் அறையில் இருந்தபோதும் அடிக்கடி விசாரித்துச் சென்றனர். காயங்கள் ஆறும் வரையில் உடல்நிலையைக் கவனித்து உதவி செய்தனர்.

“ஒங்களுக்கு எதுக்குச் சிரமம்? பரவாயில்லை நான் பார்த்துக் கொள்கிறேன்” என்றேன்.

இதற்கிடையில், ஊரைவிட்டு வெளியே தங்குவது இதுதான் முதல்முறை என்பதையும் ஹைதராபாத் நகரம் புதிது என்பதையும் நாகண்ணா அறிந்து கொண்டார். “இல்லைங்க. முதல்முறையா எங்கக் கடைக்கு வந்து இப்படி ஆகிப் போச்சு. ப்ச்...” என்று வருத்தப்பட்டுப் புலம்பிக் கொண்டேயிருந்தார்.

“அப்படியெல்லாம் ஒன்னுமில்லை. ஏதோ கவனம் தவறி அப்படி நடந்துருச்சு. அதுக்கும் ஒங்கக் கடைக்கு வந்ததுக்கும் எந்தச் சம்பந்தமும் இல்லை.” என்று அவரைச் சமாதானம் செய்வதற்குள் போதும் போதுமென்றாகிவிட்டது.

ஒருமுறை சென்ற திருப்தியில் வாடிக்கையாக அங்குதான் மறுபடியும் சென்றேன். நாகண்ணா தன்னுடைய அன்பான அணுகுமுறையால் என்னைக் கவர்ந்தார். அன்பும் மரியாதையும் கலந்த நாகண்ணாவின் பேச்சு கடைக்கு மீண்டும் மீண்டும் வரச்சொல்லித் தூண்டியது.

"ரண்டி சார்? கூர்ச்சண்டி சார். பாகுண்ணாரா?" நாகண்ணா எப்போதும் மிக மரியாதையோடுதான் நடந்துகொள்வார். சொந்த ஊர் ஸ்ரீகாகுளம் ஜில்லாவிலுள்ள ஒரு குக்கிராமம். வயது முப்பத்தைந்து இருக்கும். எனக்கு விபத்து ஏற்பட்ட நாளிலிருந்து அவரோடு பழகிய இரண்டு ஆண்டுகளாக "அண்ணா... அண்ணா..." என்று கூடப் பிறந்த பிறப்பைப் போல ஆத்மார்த்தமாக அழைத்து வந்தேன். அவரும் "தம்முடு..." என்று மிகவும் பாந்தமாகத் தன் தம்பியைப் போல அன்பு பாராட்டினார். நாகண்ணா வீட்டிற்கு அடிக்கடி போவதும், செல்லும் நேரங்களில் வீட்டிலேயே உண்பதும், சில நாட்கள் அங்கேயே படுத்து உறங்குவதுமாகக் குடும்பத்தில் ஒருவனாக மாறிப் போனேன்.

★

8

காயம் முழுமையாக ஆறுவதற்கு முன்பே அலுவலகத்துக்குச் செல்ல ஆரம்பித்தேன். உடன் பணிபுரியும் நண்பர்கள் எல்லோரும் நலம் விசாரித்தனர். மகிழ்ச்சியாக இருந்தது. முன்பின் கேள்விப்படாத ஊர். அறிந்திராத மனிதர்கள். இத்தனை நேசத்தைக் காட்டுவது மிகுந்த ஆறுதலாக இருந்தது. அப்பா, அம்மா இல்லாத குறையை நாகண்ணாவும் அவர் மனைவியும் நிவர்த்தி செய்தனர். அவரால்தான் விபத்து நடந்ததென்ற குற்றவுணர்ச்சி அவரை ஆக்கிரமித்திருந்தது.

நாகண்ணாவைப் போலவே கேதரினும் என்னிடத்தில் மிகுந்த அக்கறையுடன் இருந்தாள். கம்பெனியில் எனக்கு சீனியர். வயதிலும்தான். சில திட்டப்பணிகளுக்காக நம் நாட்டுக்காரர்கள் அமெரிக்காவுக்குச் சென்று வேலைகள் செய்வது மாதிரி கேதரின் அமெரிக்காவிலிருந்து இந்தியாவில் வேலை செய்தாள். திட்டப்பணியினை நிறைவேற்றப் பல குழுக்கள் அமைக்கப்பட்டிருந்தன. ஒவ்வொரு குழுவிலும் வேலைக்கேற்றவாறு நான்கைந்து பேர் நியமிக்கப்பட்டிருந்தனர். அதில் நானுமொருவன்.

நாங்கள் பணிபுரிந்தது பன்னாட்டுக் கம்பெனி. நூற்றுக்கணக்கானோர் வேலைசெய்யும் இடம். மொத்தமாகச் சுமார் அறுபது பேர் பணியாற்றும் பல குழுக்களில் ஒரு குழுவின் உறுப்பினன் நான். தங்களுக்கு ஒதுக்கப்பட்ட வேலையில் மூழ்கி பரபரவென்றிருக்கும் ஆட்கள் வேலைசெய்யும் கம்பெனியில் ஒருவனை உற்றுப் பார்ப்பதுவும் கண்டுகொள்வதும் அபூர்வம். கேதரினுக்கு என்னைப் பற்றிக் கிஞ்சிற்றும் கவனம் வைத்துக் கொள்ளத் தேவையில்லைதான். காயங்கள் ஆறும் வரை அதைப் பற்றி விசாரித்தாள். மாத்திரைகள் எடுத்துக் கொள்ள வேண்டிய நேரங்களில் ஞாபகப்படுத்தினாள். இன்னொரு மருத்துவரை அறிமுகப்படுத்தினாள். மருத்துவரிடம் எனக்காக நேரம் வாங்கித் தந்தாள். அவரிடம் செல்லுமளவுக்குப் பிரச்சினைகள் எதுவுமில்லை. எதற்கும் முன்ஜாக்கிரதையோடு இருப்பது நல்லதென்று

அறிவுறுத்தினாள். மிகச் சீக்கிரமாக என்னுடைய நட்பு வட்டாரத்தில் அவளும் ஒருத்தியாகிப் போனாள். அவளுடைய மிகச் சொற்பமான நண்பர்களில் நானும் ஒருவனானேன் என்று சொல்லுவதும் பொருத்தமானதுதான்.

சிறிய நண்பர்கள் குழாம் அது. மாலை நேரங்களிலும், விடுமுறை நாள்களிலும் கும்பலாக வெளியில் சென்றோம். ஹைதராபாத்தில் கோல்கொண்டா, சார்மினார், சலர் ஜங் மியூசியம் சென்றோம். சலர் ஜங் அருங்காட்சியகத்தில் இருந்த சிற்பங்கள் ஓவியங்கள் குறித்து சிலாகித்துப் பேசினாள். அவற்றைக் குறித்து அங்கு எழுதப்பட்டிருந்தவற்றைவிட ஓரிரு கூடுதல் செய்திகளைச் சொன்னாள். குழம்பி நின்ற சமயங்களில் விளக்கங்கள் உதாரணங்கள் சொல்லிப் புரிய வைத்தாள்.

விடுமுறை நாளொன்றில் ஹைதராபாத்துக்கு அருகிலுள்ள நாகர்ஜுனா சாகருக்குச் சுற்றுலா சென்றோம். அந்தத் தீவிலுள்ள அருங்காட்சியகம் சென்றோம். அதிலிருந்த பவுத்தச் சின்னங்களைப் பார்த்தோம். நின்ற நிலையிலிருந்த புத்தர் சிலைகளைப் பார்த்து ஆச்சரியமானோம். தாய்லாந்து, கம்போடியா, இந்தோனேஷியா, சீனா ஆகிய நாடுகளில் இதைவிடப் பிரம்மாண்டமான மிகப்பெரிய புத்தர் சிலைகளைப் பார்த்த கதைகளைச் சொன்னாள். மியூசியத்திலிருந்த கையில்லாத புத்தர் சிலை ஒன்றைப் பார்த்து, “புத்தர் தான் பிறந்த இந்தியாவில்தான் இப்படிச் சிதைந்து நசுங்கி சின்னாபின்னமாகிக் கிடக்கிறார். மற்ற நாடுகளில் அவரைப் போற்றும் விதமே வேறு. மனிதர்கள் நெருங்க முடியாத பெரிய மலைத்தொடர்களில் கூட அவரைச் சிற்பமாகச் செதுக்கி இருக்கிறார்கள். அவ்வளவு பிரம்மாண்டமாகப் பார்க்கிறார்கள்.” என்றாள். அவள் பல்வேறு நாடுகள் சுற்றித் திரிந்த அனுபவமுள்ளவள். அவள் எது பேசினாலும் எங்களுக்கு ஆச்சரியமாகத்தான் இருந்தது.

அடுத்த வாரம் திருப்பதிக்குச் செல்லலாம் என்று முடிவெடுத்தோம். தரிசனத்திற்காக ஆன்லைனில் முன்பதிவு செய்தோம். திருப்பதி செல்வதற்கு நாகண்ணாதான் மிக உதவியாக இருந்தார். அவருக்குத் தெரிந்த நண்பர்களிடம் சொல்லி அனைவரையும் நன்றாகக் கவனித்துக் கொள்ளச் செய்தார். கேதரின் கிறித்துவர் என்பதால் கோயிலுக்குள் செல்வது கொஞ்சம் சிக்கலாக இருந்தது. எல்லாவற்றையும் சமாளித்துப் பயணம் நல்ல தரிசனத்தில் முடிந்தது. அதிலும் நாகண்ணாவின் நண்பர்கள் மிகுந்த அன்புடன் உபசரித்து வழியனுப்பினர்.

ஹைதராபாத் திரும்பியதும் கேதரினும் நண்பர்களும் கடைக்குச் சென்று நாகண்ணாவை நேரில் சந்தித்து நன்றி சொன்னார்கள். அப்போது, கேதரினும் சில பெண் தோழிகளும் நாகண்ணா மனைவியின் பெண்களுக்கான பியூட்டி பார்லர் பகுதிக்குள் நுழைந்து பார்த்தனர்.

"குட். பார்லர் ரொம்ப அழகா இருக்கு. ரொம்ப சுத்தமா வச்சுருக்கீங்க. மெனிகியூர் பண்றதுக்கு எந்த பிராண்டு யூஸ் பண்றீங்க?" என்று கேட்டாள்.

"இதைத்தான் யூஸ் பண்றேன்." என்றொரு பொருளை எடுத்துக் காண்பித்தாள்.

"ஓ!" என்று கண்களை உயர்த்தினாள். "பக்கத்திலிருக்கும் இன்னொரு பார்லருக்குப் போகிறேன். வழக்கமாக தோழி மிஸாமிதான் எனக்கு எல்லாமும் செய்வாள்." என்றாள். 'அந்த பார்லர் ரொம்ப காஸ்ட்லி. அவங்களைவிட நான் ரொம்ப நல்லா செய்வேன். பணமும் ரொம்பக் குறைவு' என்று அவளிடம் சொல்ல நினைத்தாள். கேதரின் பேசிய ஆங்கிலத்திற்கு எப்படி ஆங்கிலத்தில் பதில் சொல்வது என்று புரியாமல் மிரண்டு போய் நின்றாள். கேதரினிடம் சிநேகப்பூர்வமாகச் சிரித்து வைத்தாள். அவள் சிரிக்காவிட்டாலும் முகத்தில் நிரந்தரமாகக் குடியேறியிருந்த சிரிப்பு அதை ஈடுகட்டியிருக்கும்.

கேதரின் அலுவல் விசயமாக ஒரு வாரம் டெல்லி சென்றாள். அவள் இல்லாத ஓரிரவு நண்பர்கள் மூன்று பேர் இரவு உணவுக்காக நடைபாதையில் துரித உணவகத்திற்குச் சென்றோம். துரித உணவக வண்டியின் முன்னால் சில பிளாஸ்டிக் மேஜைகளும், நிறைய பிளாஸ்டிக் நாற்காலிகளும் கிடந்தன. காலியாகவிருந்த மேஜையில் உட்கார்ந்தோம். ஒரு மூலையில் மூன்று பெண்கள் உட்கார்ந்திருந்தனர். அவர்களில் ஒருத்தி தேம்பித் தேம்பி அழுது கொண்டிருந்தாள். மற்ற இருவரும் ஆறுதல் சொல்லிக் கொண்டிருந்தனர். அழுது கொண்டிருந்தவளை இதற்கு முன்பு பார்த்த ஞாபகம். எங்குப் பார்த்தோமென்று அப்போதைக்கு நினைவுக்கு வரவில்லை. சட்டென அந்த நினைவுகளை அறுத்து உணவை உண்டு முடித்தோம். அறைக்குத் திரும்பியதும்தான் இன்று மதிய உணவுக்காக எங்கள் அலுவலகத்தின் கடைசி மாடியில் இருக்கும் கேண்டீனுக்குள் மூன்று பெண்களும் கேதரினோடு சிரித்துச் சிரித்துப் பேசிக் கொண்டிருந்தது நினைவுக்கு வந்தது. கேதரின் டெல்லியிலிருந்து திரும்பியதும் இதைச் சொல்லலாமென்று நினைத்துக் கொண்டேன்.

கேதரின் திரும்பியதிலிருந்து ஒரு வாரமாக அவளிடம் ஒரு விசயத்தைச் சொல்ல வேண்டுமென்று நினைத்ததை மறந்துவிட்டேன். ஒரு வாரம் கழித்துச் சொன்னேன். "மேடம், உங்கள் சிங்கி தோழி ஒருத்தி ஒரு வாரத்திற்கு முன்பு ஃபாஸ்ட் ஃபுட் கடையில் உட்கார்ந்து அழுதுகிட்டிருந்தா. என்ன விசயம்னு தெரியலை" என்று சொன்னேன்.

அப்போதெல்லாம் கேதரினை 'மேடம்' என்றுதான் அழைத்தேன். பேர் சொல்லித்தான் அழைக்க வேண்டுமென்று ஒவ்வொரு முறையும் சொல்வாள். 'கேதரின்' என்று அழைக்கச் சில மாதங்களை எடுத்துக் கொண்டேன். எனக்கே உரித்தான கூச்சங்களையும், சங்கடங்களையும், தயக்கங்களையும் அந்தச் சில மாதங்களுக்குக் காணிக்கையாக்கினேன்.

"அதென்ன பழக்கம், அவளைச் சிங்கின்னு சொல்றது?" என்று கேதரின் கோபப்பட்டாள். கேதரின் இவ்வளவு கோபமாகிப் பார்த்த முதல்முறை என்பதால் எனக்குள் நடுக்கம் உண்டானது.

"இல்லை மேடம், நம்ம ஆஃபிஸ்ல எல்லோரும் அவங்களைச் சிங்கின்னுதான் சொல்வாங்க. அதனாலதான் அப்படிச் சொன்னேன்" என்றேன் மெதுவாக. என்னுடைய அப்பாவி முகத்தை உற்றுப் பார்த்தாள்.

"அப்படியெல்லாம் சொல்லக் கூடாது. அவள் பேர் மிஸாமி. அவங்க நார்த் ஈஸ்ட் பழங்குடிப் பெண்கள். மிசோராம் ஊர்ப் பொண்ணு. இங்க பியூட்டி பார்லர்ல வேலை பார்க்குறாங்க. அவளை மிஸாமின்னுதான் சொல்லணும்" என்றாள்.

சரியென்று தலையை ஆட்டினேன். "எங்க ஊர்ல இவங்களை சைனாக்காரய்ங்க இல்லைன்னா ஜப்பான்காரய்ங்கன்னுதான் கூப்பிடுவோம்" என்றேன்.

"இதென்ன கிறுக்குத்தனம்" என்று கோபமாகி, "அப்படியெல்லாம் சொல்லக் கூடாது" எனச் சொல்லி முகத்தைப் பார்த்துச் சிரித்தாள்.

"சாரி மேம். அவங்க அன்னைக்குச் சாப்பிடப் போனப்ப அழுதுட்டே இருந்ததைப் பாத்தோம். அதைத்தான் ஓங்ககிட்ட சொல்லணும்னு நெனச்சேன்."

"ஆமாம். எனக்கும் ஃபோன் பண்ணி நடந்த விசயத்தைச் சொன்னாங்க."

"அன்னைக்கு எதுக்கு அழுதாங்களாம்?"

கேட்டதற்குப் பதில் சொல்லாமல் "காஃபி குடிக்கப் போகலாமா?" என்று கேட்டாள். சரியென்று தலையசைக்கும் முன்பே திரும்பி நடக்கத் தொடங்கினாள். பின் பாக்கெட்டிலிருந்து பர்சை எடுக்கும் முன்பு கேதரின், அவளிடம் ஏற்கனவே இருந்த டோக்கனை எடுத்துக் கொடுத்து பெரிய குண்டைப் போல இருந்த பருமனான இரண்டு காபிக் கோப்பைகளை எடுத்து வந்தாள்.

காஃபியில் பால் சுத்தமாக இல்லை. மரப்பட்டைத் தூளைக் கசாயமாக்கி ஊற்றியதைப் போலக் கசந்தது. முதல் மிடறு பருகியதுமே உதடு சுழித்து முகம் கோணியது. தொண்டையின் ஒவ்வொரு அடுக்கிலும் ஒன்றன் பின் ஒன்றாக மெல்ல இறக்கித் தள்ளி விழுங்கினேன். வெளியில் காட்டிக் கொள்ளாமல் முகத்தை மாற்றிச் சாதாரணமாக வைத்துக் கொள்ள முயற்சித்தேன்.

"என்ன ஆச்சு, உனக்கு ப்ளாக் காஃபி பிடிக்காதா?" என்று கேட்டாள். துருத்திக் கொண்டு தெரியும் தொண்டை எலும்பையும், உதட்டுச் சுழிப்பையும் கவனித்திருப்பாள் போல.

"இல்லை. பரவாயில்லை... நான் அட்ஜஸ்ட் பண்ணிக்குவேன்" எனச் சமாளித்தேன்.

"ச்சச்சோ..." என்று உச் கொட்டினாள். "தயவுசெய்து என்னை மன்னித்துவிடு. ஆத்திரத்திலும் எரிச்சலிலும் இதைக் கேட்க மறந்துவிட்டேன். காஃபியை அப்படியே வைத்துவிடு. உனக்கு வேண்டியதை வாங்கிக்கொள்" என்று கெஞ்சினாள். மிகவும் உறுதியாக மறுத்துவிட்டேன். நிஜமாகவே புதிய விசயங்கள் பலவற்றுக்கு என்னை மாற்றிக்கொள்ள நிறைய மெனக்கெட்டுக் கொண்டிருந்த காலம் அது. கேதரின் சொன்ன விசயம்தான் பிளாக் காஃபியைவிடக் கசப்பாக இருந்தது.

"உனக்குத் தெரியும்தானே. ஓய்வு நேரங்களில் சமூகப்பணிகளில் என்னை ஈடுபடுத்திக் கொண்டு வருகிறேன் அல்லவா?" ஆமாம் என ஆமோதித்துத் தலையாட்டினேன். "வடகிழக்கிந்தியர் பாதுகாப்புக் கூட்டமைப்பில் என்னையும் ஓர் ஆர்வலராக இணைத்துக் கொண்டேன்." என்று தொடர்ந்தாள். வடகிழக்கிந்தியர் பிரச்சினைகளில் அவளுக்கு என்ன தொடர்பு என்பது குறித்து உண்மையாகவே எனக்கு எதுவும் தெரியாது.

கேதரின் நிறைய சமூகச்சேவைகளில் ஈடுபடுவாள் என்பது தெரியும். அவ்வப்போது போராட்டங்களிலும் கலந்துகொள்வாள். எனக்குத் தெரிந்து தலாய்லாமாவுக்கு ஆதரவான போராட்டங்களில்

கலந்து கொண்டாள். கறுப்பர்களை நீக்ரோ என்று இழிவுபடுத்தியதற்கு எதிரான சமூகஊடகப் போராட்டங்களில் தீவிரமாக இருந்தாள். எங்களோடு சுற்றுலா வரும் சமயங்களில் தொலைபேசியில் ஏதாவது விவாதங்களில் பிஸியாக இருப்பாள். சிலமுறை 'அந்தக் கூட்டத்திற்குச் செல்ல வேண்டும். இந்தப் போராட்டம் இருக்கிறது' என்று ஊர் சுற்றவும் வரமாட்டாள்.

ஒருமுறை எனக்கும் அவளுக்கும் ஒரு விவாதம் எழுந்தது. 9/11 பிரச்சினையில் அமெரிக்காவுக்கு எதிராகப் பேசிக் கொண்டிருந்தாள்.

"இது என்ன ஆச்சரியம்! 9/11 பிரச்சினையில் அமெரிக்காதானே பாதிக்கப்பட்டிருக்கிறது. நீ எப்படி அமெரிக்காவுக்கு எதிராகப் பேசலாம்?" என்று கேட்டேன்.

"அதுதான் உலக அரசியல்." என்று வாதாடினாள்.

"எனக்கு உலகமும் தெரியாது. அரசியலும் புரியாது" என்று சொல்லி வாதத்தை முடித்துக் கொண்டேன்.

தற்போது மிஸாமி விசயத்தில் கோபத்தோடு பேசினாள். கோபத்தில் நிதானமும் தூக்கலாக இருந்தது. "என்ன நடந்தது?" எனக் கேட்டேன்.

"மிஸாமி தெரியும் இல்லையா." என்று அவள் கேட்டதற்கு, "தெரியாது" என்றேன். "அன்றைக்கு வந்த அந்த மூன்று பெண்களில் சிறிது உயரமாக இருந்தாள் இல்லையா?" என்று சொன்னாள்.

மூவருமே உயரமாக இல்லையென்றுதான் எனக்குத் தோன்றியது. இருந்தாலும், "ம்..." என்றேன்.

"மிஸாமி பார்லரில் அலங்காரங்கள் தவிர மசாஜூம் செய்வாள். மசாஜுக்கு வந்த ஒரு ஆள் அவளுக்குப் பணம் கொடுத்து அவனுடைய கெஸ்ட் ஹவுசுக்கு மசாஜ் செய்ய வரச் சொல்லியிருக்கிறான். அவள் மறுத்திருக்கிறாள். மூன்று நாட்கள் தொடர்ச்சியாக வந்து தொல்லை கொடுத்திருக்கிறான். அவள் முடியாது என்று எவ்வளவு சொல்லியும் பிடிவாதம் காட்டியிருக்கிறான். பிறகு அந்தப் பார்லர் உரிமையாளரிடம் மிஸாமியை அவனுக்கு மசாஜ் செய்ய வீட்டுக்கு அனுப்பி வைக்கச் சொல்லி 'சர்வீஸ் அட் ஹோம்' முறையில் ஆர்டர் கொடுத்திருக்கிறான். அவள் போக மறுத்ததற்கு உரிமையாளர் அவளைப் பணியிலிருந்து நீக்கிவிட்டாராம். வேலை போன வருத்தத்தில் அழுது கொண்டே இருந்திருக்கிறாள்" என்றாள்.

“ஓனரிடம் உண்மையைச் சொல்லியிருந்தால் அவன் அனுப்பியிருக்க மாட்டான் அல்லவா” என்று நான் சொன்னதற்கு, “அவ்வளவு நல்லவர்களாக உரிமையாளர்கள் இருந்தால் மிஸாமி ஏன் அழுது கொண்டிருக்க வேண்டும்” என்றாள். குரலில் ஆத்திரம் தெறித்தது.

“இதில் நீ என்ன செய்யப் போகிறாய்?” என்று ஆர்வத்துடன் கேட்டேன். “கூட்டமைப்பு சார்பில் புகார் கொடுத்திருக்கிறோம். நடவடிக்கை எடுக்காவிட்டால் நீதிமன்றம். போராட்டம். வேறென்ன செய்ய?” என்று திருப்பிக் கேட்டாள்.

“வேலைக்கு வந்த இடத்துல போராட்டம் பண்ண ஆரம்பிச்சா நமக்கு யார் வேலை தருவாங்க? கொஞ்சம் கொஞ்சமா நார்த் ஈஸ்ட்ல இருந்து வர்றவங்களை யாரும் வேலைக்கு எடுக்குறதை நிறுத்திருவாங்க.” என்று நடக்கும் யதார்த்தத்தை எனக்குத் தெரிந்த விதத்தில் சொன்னேன்.

“நீ சொல்றது உண்மைதான். அதுதான் முதலீடு பண்ணுனவனோட பலம்.” என்று வருத்தம் தோய்ந்த குரலில் பேசினாள்.

“நீங்களும் நானும்கூட அப்படித்தானே இருக்கோம். அதிலும் நீங்கள் வெளிநாட்டுப்பெண். எங்களைவிட அதிகப் பிரச்சினைகளைச் சந்திக்க நேரிடும்.”

கேதரின் தொடர்ந்து சொன்னாள், “நீ சொல்றது உண்மைதான். இன்னொரு நாட்டுப்பெண் நான். ஏதாவது பிரச்சினைன்னா சிக்கல்கள் அதிகம்தான். இதையெல்லாம் அப்படியே விட்டுட்டா அவங்களை யார்தான் கேள்வி கேட்பாங்க. எப்பத்தான் இந்த மாதிரி நிலைமைகள் மாறும்? யாராவது கேட்கணும். இந்த மாதிரிப் பிரச்சினைகளைப் பார்க்குறப்போ அல்லது கேக்குறப்போ மனசும் உடம்பும் சும்மா இருக்காது. எதிர்த்துக் கேட்பதற்கு ஆள் இருந்தாதான் குறைந்தபட்ச பாதுகாப்பாவது கிடைக்கும்” என்று சொன்னாள். சிறிது இடைவெளிவிட்டு “எனக்குப் பிடித்த ஒரு வரி உண்டு. எப்பவும் என்னை ஊக்கப்படுத்துற வரி. உந்தித் தள்ளிக்கிட்டே இருக்குற வார்த்தைகள். சின்ன வயசுல எங்கேயோ படிச்சது. இன்னும் மூளைக்குள்ள எதிரொலிச்சுக்கிட்டே இருக்கு. அதைச் சொல்லட்டுமா” என்று கேட்டவுடன், “ம்...” என்றேன். “உரிமைகள் எப்போதும் தரப்பட்டதில்லை, பெறப்பட்டது” என்றாள். குண்டுக் கோப்பையில் பிளாக் காஃபி முழுதும் காலியாகியிருந்தது.

கேதரினுடன் இருந்தால் நாள்கள் கடப்பதே தெரியாது. அலுவலகப் பணிச்சுமை எப்போதும் குறையாமல் தலையில் ஏற்றி வைக்கப்பட்டிருந்தது. ஓய்வு நேரம் என்பதே இல்லை. இதற்கிடையில், கிடைக்கும் கொஞ்ச நேரத்திற்கும் நண்பர்கள் கும்பலாய் ஏதாவது திட்டமிடுவார்கள். கால்களுக்கடியில் காலம் நழுவி ஓடிக் கொண்டே இருந்தது. நாகண்ணாவைப் பார்த்தும் பல நாள்கள் ஆனது. நான் கடைக்குச் செல்வதில்லை. அவரும் அறைக்கு வருவதில்லை. அறையில் இருந்தால்தானே வந்தாரா போனாரா என்று தெரிவதற்கு. தலையில் உண்டாகும் அரிப்பு கை நகங்களில் திரளும் அழுக்கு நாகண்ணாவை நினைவூட்டியது.

சலூனுக்கு வரும் வாடிக்கையாளர்களிடம் அதீத மரியாதையோடு நடப்பது நாகண்ணாவின் வழக்கம். ஒவ்வொருவருக்கும் முடிவெட்டும் முன் கடவுளை வணங்கிவிட்டுத்தான் வேலையைத் தொடங்குவார். "எதற்கு அப்படிச் செய்கிறீர்கள்?" என்று ஆர்வமிகுதியில் அவரைக் கேட்டேன். அதைப் பார்க்கும் எவருக்கும் 'அது ஏன்?' என்று கேட்க வேண்டுமென்ற குறுகுறுப்பு வரும்.

"அளவாட்டு சார்" என்றார். தெலுங்கில் 'அளவாட்டு' என்றால் 'பழக்கதோஷம்' என்று அர்த்தம். "அளவாட்டு மாத்திரமே சார். ஏமி தேவுடு ஏமி பதுக்கு சார்?" என்றார். எதுவும் புரியாமல் சிரித்து வைத்தேன். "என்னத்த கடவுள்! என்னத்த வாழ்க்கை!" என்று நாகண்ணா விரக்தியாகப் பேசியதன் காரணத்தைப் பிறகுதான் புரிந்து கொண்டேன். எங்கிருந்து இந்தப் பழக்கம் அவரைத் தொற்றிக் கொண்டது என்பதையும் அடுத்தடுத்து நெருங்கிப் பழகிய நாள்களில் தெரிந்து கொண்டேன்.

★

9

நாகண்ணா பத்து வருடங்களுக்கு முன்பு திருப்பதி மலையில் முடிவெட்டிக் கொண்டிருந்தார். திருப்பதியில் இரண்டு வகையான நாவிதர்கள் இருந்தார்கள். முதல் வகையினர், தேவஸ்தானத்தால் நிரந்தர ஊழியர்களாக நியமனம் செய்யப்பட்டவர்கள். அரசு ஊழியர்களைப் போல பி.எஃப். இ.எஸ்.ஐ என எல்லாப் பிடித்தமும் போக மாதச் சம்பளம் பெறுவார்கள். இரண்டாம் வகையினர், ஒப்பந்தத்தின் அடிப்படையில் நியமிக்கப்பட்டவர்கள். மாதச் சம்பளமோ எந்தவிதப் பணிப்பாதுகாப்பு விசயங்களோ கிடையாது. ஒரு மொட்டைக்கு இவ்வளவு ரூபாய் என்று நிர்ணயிக்கப்பட்ட தொகையைக் கொடுத்துவிடுவார்கள். ஒருநாளைக்கு ஒருவர் எவ்வளவு மொட்டைகள் எடுக்கிறாரோ அதற்குத் தக்கக் கூலி கிடைக்கும்.

மொட்டையெடுக்க ரசீதோடு வரும் பக்தர்களுக்கு மொட்டையெடுப்பதற்கு முன்பாக வெங்கடேஸ்வரனை வணங்கிவிட்டு வேலையைத் தொடங்குவது நாகண்ணாவுக்குப் பழக்கமாகிவிட்டது. ஒவ்வொரு மொட்டைக்கும் ‘கோவிந்தா... கோவிந்தா...’ என்று வாய்க்குள் முனகி வணங்கிவிட்டுத்தான் மொட்டையெடுக்கத் தொடங்குவார். தினமும் முடிகாணிக்கை கொடுக்க வரும் பக்தர்களில் அதிகமான பேருக்குச் சளைக்காமல் மொட்டையெடுப்பது நாகண்ணாதான். நாவிதர்கள் மத்தியில் சுறுசுறுப்பான இளைஞனாக வலம் வந்தார். திருமலையில் பணிக்குச் சேர்ந்த மிகச் சில நாட்களிலேயே நாகண்ணாவின் பெயர் எல்லோரிடத்திலும் பரவிவிட்டது.

நாவிதர்களுக்கென்று ‘நாயி பிராமணர்கள் சங்கம்’ இருந்தது. சங்கக் கூட்டம் நடக்கும் போதெல்லாம் ஒப்பந்தப் பணியாளர்களை நிரந்தரமாக்கச் சங்கம் முயற்சிகள் எடுக்க வேண்டும் என்ற கோரிக்கை பெரிதும் விவாதிக்கப்படும். அதற்கு ஆதரவாகத்

தீர்மானங்கள் முன்மொழியப்படும். அதுவே கோரிக்கை மனுவாக அரசுக்கும் தேவஸ்தானத்து நிர்வாகத்திற்கும் அனுப்பப்படும். எல்லாக் கூட்டங்களிலும் அந்தக் கோரிக்கையை மிக வலுவாக எழுப்புவது நாகண்ணாதான். இளமைத்துடிப்போடு அவ்விசயங்களை உரத்த குரலில் ஆவேசமாகப் பேசுவார். கோரிக்கையை நிறைவேற்றுவதே தன் வாழ்வின் லட்சியம் என்று எல்லாரிடமும் சொல்லிக் கொண்டிருந்தார். கோரிக்கையை நிறைவேற்றப் போராடிக் கொண்டிருந்த சமயத்தில் விஜயவாடா கனகதுர்கம்மா, விசாகப்பட்டினம் சிம்மாச்சலம், பத்ராச்சலம் ராமர் கோயில், நல்லகொண்டா யாதகிரிகுட்டா கோயில் என ஆந்திரப்பிரதேசத்தின் எல்லாக் கோயில்களிலும் இதே பிரச்சினை இருப்பதைத் தெரிந்து கொண்டார். எல்லாக் கோயில்களிலும் முடிவெட்டும் பணியிலிருக்கும் நாயி பிராமணர்களை அரசு ஊழியர்களாக நிரந்தரம் செய்ய வேண்டுமென்ற கோரிக்கையோடு தலைநகரமான ஹைதராபாத்தில் ஊர்வலம் சென்றனர். எதுவும் நடக்காததால் போராட்டம் நடத்தி அமைச்சர்களைச் சந்தித்து மனு கொடுத்தனர். அதன் பிறகு ஏதும் நடக்கவில்லை. 'நாயி பிராமணர்கள் கூட்டு நடவடிக்கைக் குழு' ஒன்று ஏற்பாடானது. தெலங்கானா, கோஸ்தா ஆந்திரா, ராயலசீமா என்று எல்லாப் பகுதிகளுக்கும் ஊர்ஊராக நடந்து சென்று பிரச்சாரம் செய்தார் நாகண்ணா. நாவிதத் தொழில் செய்வோரை மட்டுமில்லாமல் மங்கலி சாதியினர் அனைவரையும் ஒன்றுதிரட்டினார். நாகண்ணா நாவிதத் தொழிலைவிட சங்கப்பணிகளில் மும்முரமாக இருந்தார்.

திருப்பதியில் நல்ல வருமானம் கிடைத்து வந்ததால் திருமலை தேவஸ்தானத்திற்குக் கீழ் வேலைசெய்யும் நாவிதர்கள் மாநில அளவிலான மங்கலி சாதியினர் முன்னெடுத்த போராட்டத்தில் பெருந்திரளாக இணையவில்லை. நாகண்ணா நினைத்ததே வேறு. போராட்டம் அறிவிக்கப்பட்டவுடன் எல்லாக் கோயில்களும் நாவிதர் கிடைக்காமல் திணறும் என்று நினைத்திருந்தார். அரசாங்கம் ஏறெடுத்துப் பார்த்து சங்கத்துத் தலைவர்களுக்கு உடனடியாக அழைப்பு விடுக்கும் என்று எதிர்பார்த்தார். அவ்வாறான அழைப்பு கிடைத்து அமைச்சர்களையும் அதிகாரிகளையும் சந்திக்கும் போது என்ன பேச வேண்டுமென ஒவ்வோர் இரவும் ஒத்திகை பார்த்துக் கொண்டிருந்தார். நாகண்ணாவுக்குப் புதிராக இருந்தது. தன் சமூகத்தில் பிறந்த பலருக்கும் வாழ்க்கையே கேள்விக்குறியாகிப் பிரச்சினையில் இருக்கின்றனர். இக்கட்டான நேரத்தில் சொந்தச் சாதிக்காரர்களே

ஆதரவுக்கரம் நீட்டவும் போராட்டத்தில் இணையவும் மறுக்கிறார்களே என ஆச்சரியப்பட்டார். கண்டும்காணாமல் தங்கள் தினசரிப் பிழைப்பில் ஓடிக் கொண்டிருந்த அவர்களைப் பார்த்து வெறுப்பு உண்டானது. மன சஞ்சலம் அதிகமாகி மிகவும் வெளிப்படையாகவே தான் அடைந்த மனவேதனையைப் பிறரிடம் கொட்ட ஆரம்பித்தார்.

இதற்கிடையில் பெரும் பிரச்சினை ஒன்று எல்லோரையும் சஞ்சலத்துக்குள்ளாக்கியது. தேவஸ்தானத்தில் செய்யும் ஒப்பந்தப் பணியை நிரந்தரமாக்கித் தருகிறேன் என்று சொன்ன யாரோ ஒருவரிடம் ஒப்பந்த முடிதிருத்துநர் ஒருவர் தான் சிறுகச் சிறுகச் சேர்த்து வைத்தப் பணத்தைக் கொடுத்திருக்கிறார். பற்றாக்குறைக்குக் கந்துவட்டிக்கும் பணம் வாங்கியிருக்கிறார். வேலை நிரந்தரமாகும் என்று எதிர்பார்த்துக் காத்திருந்து ஏமாந்த விரக்தியில் தற்கொலை செய்து கொண்டார். சங்க உறுப்பினர் ஒருவரை யாரோ ஏமாற்றிவிட்டாரென்ற செய்தி ஆந்திரப்பிரதேச மாநிலம் முழுக்க நாயி பிராமணர்கள் மத்தியில் பரவியது. பத்திரிகைகளில் சர்ச்சைக்குரிய செய்தியானது. இது சம்பந்தமாகப் பெரிய போராட்டம் நடத்தினால் எல்லோரையும் நிரந்தரமாக்குவார்களென்று சொல்லி நாகண்ணா மீண்டும் எல்லோரையும் ஒன்று திரட்டினார். அந்தப் போராட்டத்தாலும் பலன் கிடைக்கவில்லை. ஆண்டவன் சந்நிதியில் வேலை செய்கிற பாக்கியம் கிடைத்தது என்றெண்ணி ஒவ்வொரு கணமும் மகிழ்ந்து கொண்டிருந்த நாகண்ணாவுக்கு நாளாக நாளாகத் திருமலையில் தான் செய்யும் வேலை சலித்துப்போனது. மனமும் உடலும் வேலையில் ஈடுபாடு கொள்ள மறுத்தது. ஈடுபாடு குறைந்ததால் வருமானமும் குறைய ஆரம்பித்தது.

நாகண்ணாவுக்குத் திருமலையில் இருக்கவே பிடிக்கவில்லை. அங்கிருந்து சொந்த ஊரான ஸ்ரீகாகுளத்திற்குத் திரும்பிப் போக அறவே பிடிக்கவில்லை. ஸ்ரீகாகுளம் ஜில்லாவின் வம்சதாரா நதிக்கரையில் அமைந்திருந்த நரசண்ணாபள்ளி கிராமம்தான் நாகண்ணாவின் சொந்த ஊர். ஆற்றங்கரையில் அமைந்திருந்த ஊர் என்றாலும் வம்சதாரா மழைக்காலத்தில் புயலடித்து வெள்ளமாகக் கரைகளை உடைத்துக் கொண்டு பொங்கிப் பிரவகித்தாலும் மற்ற எல்லா நாட்களிலும் வறட்சியாகத்தான் இருந்தது. ஊரிலிருக்கிற மக்களுக்குச் சொந்த ஊரிலேயே வாழ்வதற்கு எவ்விதமான ஆதாரமும் கிடைக்கவில்லை. வறுமையின் ஆட்சியில் வேதனையை அனுபவிக்கத்தான் முடிந்தது. ஸ்ரீகாகுளத்துக்காரர்களில்

பெரும்பாலானோர் ஹைதராபாத், சென்னை போன்ற பெருநகரங்களுக்குப் பிழைப்பு தேடிச் சென்றுவிடுவது வழக்கமான ஒன்றாக மாறிப்போனது. திரும்பி ஊருக்குச் செல்வதும் பட்டினிப் போராட்டம் செய்து உயிரைவிடுவதும் ஒன்றுதான் என்று நாகண்ணாவுக்கு நன்றாகத் தெரியும். கொஞ்சநாள் ஊர் ஊராகச் சுற்றித் திரிந்துவிட்டுத் திடீரென யாரோ சொல்லி பம்பாய் சென்றார். அங்கிருந்த நண்பர்கள் அறிவுரையின் பேரில் அங்கேயே முக ஒப்பனை, அழகுக்கலை தொடர்பான பியூட்டிஷியன் சான்றிதழ் படிப்பை முடித்தார். முடித்த கையோடு வந்து ஹைதராபாத்தில் சலூன் கடை வைத்தார். கொஞ்சம் கொஞ்சமாய் அதை பியூட்டி பார்லராக மாற்றினார்.

திருமணம் செய்து கொண்டதும் அவருடைய மனைவியை ஹைதராபாத்திலேயே அழகுக்கலையில் பயிற்சியெடுக்க அனுப்பினார். அதே கடையில் ஒரு பகுதி பெண்களுக்காக ஒதுக்கப்பட்டது. கட்டிங், ஐப்ரோ த்ரெட்டிங், பெடிக்யூர், மெனிக்யூர், மேக்கப் என்று பெண் வாடிக்கையாளர்களுக்கும் நிறைய வசதிகளை ஏற்படுத்தினர். இளம்பெண்களின் வருகை அதிகமானது. ஊரிலிருந்து சில பையன்களை அழைத்துக் கொண்டார். அவரே பயிற்சி கொடுத்து வாடிக்கையாளர்களுக்கு முடிவெட்டுதல், முகச்சவரம் செய்தலோடு பலவகையான ஒப்பனை அலங்காரங்களைச் செய்தார். சில ஆண்டுகளில் சுற்று வட்டாரங்களில் பியூட்டி பார்லர் புகழ்பெற்று வாடிக்கையாளர்கள் பெருக ஆரம்பித்தனர்.

நாகண்ணா வியாபாரத்தின் சூட்சுமங்களைச் சரியாகக் கற்றுக் கொண்டார். காலத்துக்கேற்ற மாதிரி மாற்ற வேண்டியதை மாற்றினார். ஒவ்வொரு பருவத்துக்கும் ஒவ்வொன்று. விதம்விதமான ஸ்டைல். “இப்பவெல்லாம் வேலையில் வெரைட்டி வேணும். மசாஜ்ல பத்து வெரைட்டி, ஃபேஸியல் பிளீச்சுல பத்து வெரைட்டின்னு இல்லைன்னா கடை பக்கம் ஒரு கஸ்டமர் வரமாட்டான். ஒவ்வொருத்தருக்கு ஒவ்வொன்னு பிடிக்கும். எல்லோருக்கும் புடிச்சது நம்ம கடையில் இருக்கணும்.” என்பார்.

கூட்டம் அதிகமானதற்கு இன்னொரு காரணமும் இருந்தது. நாகண்ணாவிடம் வந்தால் பெரிய ஷோரூம்களில் உண்டாகும் செலவைவிடக் குறைந்த செலவுதான். அந்தச் சலூனுக்கெனப் பிரத்தியேகமான நிலையான வாடிக்கையாளர்கள் கூட்டம் உருவானது. நாகண்ணாவின் மனைவி பெண் வாடிக்கையாளர்களைப் பார்த்துக் கொள்ள நாகண்ணா ஆண் வாடிக்கையாளர்களைக்

கவனித்துக் கொண்டு தொழில் நல்ல முறையில் சென்று கொண்டிருந்தது.

வாடிக்கையாளர்களின் வீட்டுக்குச் சென்றும் அவர் மனைவி ஒப்பனைகள் செய்ய ஆரம்பித்தாள். எல்லா வியாபாரத்திலும் டோர் டெலிவரி முறை புகுந்தது. திருமண அலங்காரங்கள் கூடிக் கொண்டே போனதால் தொழிலில் வருமானத்திற்குப் பிரச்சினையில்லை. ஏறக்குறைய எல்லா வீடுகளிலும் அலங்காரங்கள் இல்லாமல் திருமணங்கள் நடப்பதில்லை என்ற நிலை. தொலைக்காட்சி, சினிமா, பத்திரிகை விளம்பரங்கள் என ஒவ்வொரு துறையும் சளைக்காமல் வியாபாரத்தைப் பெருக்குவதில் தீவிரமாக ஈடுபட்டன. எல்லா ஊரிலும் வீதியிலும் பியூட்டிஷியன்கள் என்னும் அழகுக்கலை நிபுணர்கள் முளைத்தனர். ஒவ்வொரு வீட்டிலும் அதற்கானத் தேவை உருவாக்கப்பட்டது. சந்தையில் படுஜோராக வியாபாரம் நடந்தது.

முகத்தோற்றத்திலும் உடல் நளினத்திலும் கூடுதல் நேரத்தையும் பணத்தையும் செலவு செய்யத் தயாரான ஒரு கூட்டம் நாளுக்குநாள் வளர்ந்து கொண்டே வந்தது. ஒப்பனையும் முகப்பூச்சும் மனித அழகின் ஆதாரம் எனப் பேசவும் தலைப்பட்டனர். பகட்டு வாழ்க்கை நாகரிக வாழ்க்கையின் மிகமுக்கியமான அங்கம் என்ற மதிப்பீடு அவர்களிடத்தில் உருவானது.

நாகண்ணா என்னோடு பழகிய நாட்களில் பல நேரங்களில் தங்கள் வாழ்வாதாரத்தைப் பறிக்கும் முதலாளிகளின் தந்திரத்தையும், தம் குலத்தின் பரிதாபகரமான நிலையையும், மாறும் உலக நடைமுறைகளுக்கேற்பத் தம்மை மாற்றிக் கொள்ளாவிட்டால் நேரப் போகும் வாழ்வின் விபரீதங்கள் குறித்தும் பேசிக் குழம்பிக் கொண்டேயிருப்பார். “இந்தத் தொழிலில் பெரிய முதலாளிகள் இப்போது ஈடுபட ஆரம்பித்துவிட்டனர். நான் பம்பாயில் இருக்கும்போது இதைப் பற்றிக் கேள்விப்பட்டிருக்கிறேன். சில விசயங்களை நானே நேரில் பார்த்துமிருக்கிறேன். பெரிய முதலாளிகள், எங்கள் தொழிலை லாபம் ஈட்டும் வியாபாரமாய் மிகத் திறமையாய் மாற்றிக் கொண்டுவிட்டனர். புதிய முதலாளிகளும் தொடர்ந்து உருவாகி வருகின்றனர். ஏதோ ‘செயின்’ உருவாக்கி ஊரெங்கும் கடை விரிக்கிறார்கள். ஒரேயொரு ஆள் அனைத்தையும் தனதாக்கிக்கொள்ள முயற்சிக்கிறான்.” என்று தன் சொத்து கையைவிட்டு நழுவிச் செல்வதைப் பார்த்து எதுவும் செய்ய முடியாத தங்களின் இயலாமையை எண்ணித் தவித்தார்.

இயலாமையை நினைத்துப் புலம்பும் அதே நாகண்ணா சில சமயங்களில் இன்றிருக்கும் மாறிய நிலைமையை எண்ணி மகிழ்ச்சி அடையவும் காரணங்கள் இருந்தன. அவரே சொல்லுவார், "நகரங்களில் பளபளக்கும் புதிய ரகக் கடைகளை நோக்கித்தான் புதுத் தலைமுறைக்காரர்கள் வரிசை கட்டுகின்றனர். எல்லாப் பணக்காரர்களும் அங்குதான் செல்கின்றனர். முன்பொரு காலத்தில், கிராமங்களில் 'ஆ மங்கலினி பிலுவண்டிரா...' (அந்த அம்பட்டையானைக் கூப்பிடுறா) என்ற அதிகாரக் குரல்களின் வாரிசுகள்தான் அவர்கள். நூறு, ஆயிரம் எனச் செலவழித்து நவநாகரிகக் கடைகளில் குவிகின்றனர். அப்பாய்ண்ட்மெண்டுக்காக எத்தனை மணி நேரமும் காத்திருக்கத் தயாராய் இருக்கின்றனர். அது என்னவோ ஒருவகையில் மகிழ்ச்சியாய்த்தான் இருக்கிறது. 'மங்கலி...' என்று அதிகாரமாய்க் கத்தி அழைத்து ஓர் இழிவைப் பார்ப்பது போலப் பார்க்கும் பார்வையும் கைகட்டிச் செய்யும் சேவையும் மறைந்து வருவது மகிழ்ச்சிதான்."

மீண்டும் நாகண்ணாவின் குரலில் இயலாமைச் சேர்ந்து கொள்ளும், "பாரம்பரியமாய்க் கற்ற தொழிலை இன்னொருவன் என் கைகளிலிருந்து பிடுங்கிக் கொண்டு போகிறான். அதற்குப் பேரை மாற்றி வகைவகையான முலாம் பூசிக் கூவிக்கூவி விற்றுக் கல்லா நிறைக்கிறான். கைகளில் கத்திரியும் சீப்புமாக வீதிகளில் உட்கார்ந்துதான் நாங்கள் காலம் தள்ள வேண்டுமா? எங்கள் நாசிகள் இன்னொரு மனிதனின் கம்புக்கூட்டு நாற்றத்தை முகரத்தான் படைக்கப்பட்டனவா? குலத்தொழிலை நம்பி அழிந்து போகும் வழக்கம் ஒழியும் சாத்தியமுண்டா? இவற்றையெல்லாம் பார்க்கும் போதுதான் வேதனை வருகிறது. என்ன செய்ய?" தன் சமூகத்தினரை நினைத்து வருந்திப் புலம்புவார். தன்னைப் போல ஒவ்வொருவரும் கிராமத்தைவிட்டு வெளியேறிவிட வேண்டுமெனக் கருதினார். தன் ஆயுளுக்குள் இது நடக்குமாவென்ற கேள்வியை அடிக்கடி எழுப்பிக் கொண்டேயிருந்தார். அதற்குச் சாத்தியமில்லை என்று சொல்லுவதைப் போல சில நிகழ்ச்சிகள் நடக்கும். சாத்தியமுண்டு என்பதைப் போலவும் சில நடப்பதுண்டு. மகிழ்ச்சியும், நம்பிக்கையும், இயலாமையும் வேதனையும் ஏமாற்றமும்தான் நாகண்ணாவின் உரையாடல்களில் மாறிமாறி வந்தன. அவரது குழப்பங்களை என் முன்னே வைப்பார். நான் மௌனமாக இருப்பேன். நாகண்ணா பேசுவதற்கு என்ன பதில் சொல்வது என்பதுதான் என்னை அழுத்திக் கொண்டிருக்கும் சிந்தனையாக அந்நாட்களில் இருந்தது.

“போதும்... நாகண்ணாவின் நினைப்பை நிறுத்து” என்றொரு சத்தம். ஒலித்த திசையைப் பார்த்தேன். என்ன திசையில் செல்கிறோம் என்ற உணர்வே இல்லாமல் இருந்தது.

மனது பெருத்த சஞ்சலத்தில் சிக்கியிருந்தது. முள்ளொன்று குத்திக் கீறிய ரணம் போல எரிச்சல் உண்டானது. மனம் திக்கில்லாமல் சுற்றிச் சுற்றி அலைக்கழிப்புக்குள்ளானது. அங்குமிங்கும் ஒருநிலையில் இல்லாமல் அலையும் வெறிபிடித்த நாயைப் போல அலைபாய்ந்து கொண்டிருந்தது. எதிலும் பற்றில்லாமல் உள்ளம் வெறுமையில் ஆழ்ந்து கிடந்தது. கையில் கிடைத்ததையெல்லாம் வாயில் கவ்விக் கொண்டு கடித்துக் குதறும் வீட்டு நாயைப் போல மனது எதையெதையோ இஷ்டத்திற்கு உருட்டிக் கொண்டேயிருந்தது. சிறுகுழந்தையின் கைகளுக்கு கிடைத்த களிமண்ணைப் போல உருட்டித் தட்டி வடிவமற்ற கோணங்களில் உருவங்களைச் செய்து பார்த்தது. இனித் தெளிய வைக்கவே முடியாத அளவிற்குச் சேறும் சகதியுமானக் கலங்கிய நீரைக் கொண்டு வந்து உள்ளத்தின் பள்ளங்களில் ஊற்றிக் கொண்டேயிருந்தது. தகிக்கும் சூட்டில் வைக்கப்பட்ட பாத்திரத்து நீரைப் போல உள்ளூர மனம் கொப்பளித்துக் கொண்டிருந்தது. மனதின் ஆழத்தில் சேகரமாகிக் கிடந்த எண்ணங்கள் ஆவியாக ஆவியாக, தணலின் உக்கிரத்தால் புகையாகி யாரும் கண்டுபிடிக்க இயலாதவண்ணம் மறைந்து காணாமல் போனது.

★

10

அரைதூக்கத்தில் இருந்தேன். கொதித்துக் கொண்டிருந்த உடலும் குழம்பிக் கொண்டிருந்த மனமும் நினைவுகளின் சுழிப்புகளை அதிவேகமாகச் சுழற்றிவிட்டன. உலகில் அப்படியொரு சுழற்சி எப்போதும் நடந்திருக்காது. பகலை இரவாக்கும், இரவைப் பகலாக்கும் உலக வரலாற்றின் மாபெரும் சுழற்சி. பூமி உச்சந்தலையில் சூரியனை ஏந்தி நிற்கும்போது நடுவானில் நிலவு மெழுகைப் போல உருகி வெண்ணிற ஒளியைக் கரைத்துக் கொண்டிருந்தது. உயிர்களால் தாங்கவியலாத சூரியனின் கிரணங்கள் உண்டாக்கும் வெப்பம் அடர் இருள் சூழ்ந்த இரவுகளைக் காய்ச்சிக் கொண்டிருந்தது. மனதின் கரங்கள் காலங்களையும் நேரங்களையும் ஒன்றில் மாற்றி இன்னொன்றில் வைத்துப் பைத்தியக்காரனைப் போல ஆடிக் கொண்டிருந்தது. மோகன் தாகுர், முத்தையா தாத்தா, குட்டி, நாகண்ணா ஆகிய ஒவ்வொருவரும் சந்தித்துக் கொள்ளத் துடித்துக் கொண்டிருந்தனர். சந்திப்பதற்கு அனுமதிக்கத் தாமதிக்கிறேன் என்பதற்காக என்னைச் சபித்தவண்ணம் காத்திருந்தனர். என் மனதின் கீழ் அடுக்கு தன் வாயிற்கதவுகளைத் திறந்துவிட்டது.

முனிர்கா பூங்காவையொட்டிய நடைபாதையில் நடந்து கொண்டிருந்தேன். கண்ணை மறைக்கும் விதமாக நெற்றிமுன் விழுந்திருந்தச் சுருள்முடியை மேலே எடுத்துப் போட்டுவிட்டு முத்தையா தாத்தா நடந்து வந்தார். திருப்தியடையாதவராக இன்னொரு முறை சுருள் முடியைச் சுருட்டிவிட்டார். சுருளின் நுனியை மட்டும் நெற்றியின்மீது படர விட்டார். எதிர்ப் பக்கம் நடந்து வந்தவர் வேண்டுமென்றே என் மீது மோதினார்.

“என்னப்பா, கடைப்பக்கம் ஆளையே காணோம்” என்று முத்தையா தாத்தா கேட்டார். எனக்கு அதிர்ச்சியாக இருந்தது. நம்முடைய முத்தையா தாத்தாவா பேசுவது என்ற சந்தேகம் அலைபோல ஒன்றன் பின் ஒன்றாய்த் தாக்கியது. இறந்துபோனவர்

எப்படி என்னோடு பேச முடியுமென்ற சந்தேகம் எழுந்தது. கண்களைக் கசக்கிக் கொண்டு பார்க்கிறேன். கண்முன்னேதான் நிற்கிறார். கோட்டுமீசைக்குக் கீழ் அதே புன்சிரிப்புடன் நிற்கிறார். அன்பு தளும்ப அரவணைக்கும் முத்தையா தாத்தாவின் பார்வையில் மாற்றங்களேயில்லை.

"இல்லை தாத்தா... நான் வாஷிங்டன் வந்துருக்கேன். ஊருக்கு வர்றப்போ கண்டிப்பா கடைக்கு வர்றேன்." என்றேன். உளறினேன் அல்லது பிதற்றினேன் என்று சொன்னாலும் சரியாகத்தானிருக்கும். இப்படியொரு சம்பவம் நிகழ்ந்தால் யார்தான் பிதற்ற மாட்டார்கள்.

"நீ பள்ளிக்கூடத்துக்குப் போகாம இங்க வாஷிங்டன்ல என்ன பண்ணிட்டிருக்க." என்று கேட்டார். இப்போது சந்தேகத்தின் கோடுகள் தாத்தாவின் முகத்துக்குத் தாவியிருந்தன.

"இல்லை தாத்தா. ஆஃபிஸ் வேலை விஷயமா கொலீக்ஸோட இங்க வந்துருக்கேன்"

"ஒன் சோக்காளிங்க எல்லாரும் பள்ளிக்கூடத்து மணியடிச்சதும் ஓடிட்டாய்ங்களே. நீ மட்டும் ஏன் தனியா இங்க ஊர் சுத்திட்டு திரியுற? போப்பா தம்பி. ஒழுங்கா பள்ளிக்கூடத்துக்குப் போ." அருகிலேயே பன்னிரண்டாம் வகுப்பு அண்ணன்கள் சிலர் உட்கார்ந்திருக்கின்றனர். அவர்களைப் பார்த்து ஒன்றும் சொல்லவில்லை. என்னை மட்டும் பள்ளிக்கூடத்துக்குப் போகச் சொல்லி அறிவுறுத்திய போது கடுப்பாக இருந்தது. முத்தையா தாத்தா அப்படிப்பட்ட மனிதரல்ல. எப்போதும் அப்படிப் பேச மாட்டார். ஒருவேளை லாரிக்காரன் இடித்தானே! அதனால் மாறிவிட்டாரோ என்று சமாதானம் செய்து கொண்டேன். அவரைப் பார்த்தேன். ரேடியோவில் பழைய தமிழ்த் திரைப்படப் பாடலைக் கேட்டதும் கொஞ்சம் சத்தத்தைக் கூட்டி வைத்தார்.

"கண்டசாலா பாட்டு" என்றார்.

"முத்தையாஜி, கண்டசாலா பாட்டைவிட மொஹமத் ரஃபி பாட்டுத்தான் எனக்குப் பிடிக்கும். கொஞ்சம் ரஃபி பாட்டு வைக்க முடியுமா?" என்று கேட்டபடியே கடைக்குள் நுழைந்தார் மோகன் தாகுர்.

"தாகுர்ஜி, ஒங்களுக்கு ஒரு விசயம் தெரியுமா? ரஃபிக்குக் கூட கண்டசாலா பாட்டுன்னா ரொம்பப் பிடிக்கும்னு சொல்லுவாப்ல. ரஃபிஜியையே கேட்டுப் பாருங்களேன்."

"முத்தையாஜி, நான் எங்கப் போய் அவரைக் கேக்குறது. அவர் பாட்டை மட்டும்தான் கேட்பேன். நமக்கு வர்ற சந்தேகம் ஒவ்வொன்னுக்கும் சம்பந்தப்பட்டவங்களைப் பாத்துக் கேட்டுட்டு இருக்க முடியுமா? நமக்குப் புடிச்சுதுன்னா நாம கேட்டுக்கலாம். புடிக்கலைன்னா விட்டுரலாம். புடிக்கலைன்னா ஏன் என்னோட பாட்டு ஒனக்குப் பிடிக்கலைன்னு ரஃபி வந்து கேக்கப் போறாரா?"

மோகன் தாகுர் பேசுகிற இந்தி முத்தையா தாத்தாவுக்குப் புரிகிறது. முத்தையா தாத்தா பேசும் மதுரைத் தமிழ் மோகன் தாகுருக்கு எப்படிப் புரிகிறது? எனக்குக் குழப்பமாக இருந்தது. ஒருவேளை முத்தையா தாத்தா வெள்ளைக்காரன் காலத்துல சுதந்திரத்துக்காகப் போராடி ஜெயிலுக்குப் போனப்ப இந்தி கத்துக்கிட்டு வந்திருப்பாரோ எனத் தோன்றியது. முத்தையா தாத்தா இந்தி சரி... மோகன் தாகுர் எப்படித் தமிழைத் தெரிந்து கொண்டார். அவருக்கு எப்படி நம்ம முத்தையா தாத்தா பழக்கமானார்? இவங்க ரெண்டு பேரும் 'அகில இந்திய'ன்னு தொடங்குற கட்சியில தலைவர்களாய் இருந்தார்களா! அடுத்தடுத்து எழுந்தக் கேள்விகளின் குழப்பம் தாங்காமல் அவரையே கேட்கலாமென்று முடிவெடுத்தேன்.

"தாகுர்ஜி, நீங்க எப்படி முத்தையா தாத்தாவுக்குப் பழக்கம்?"

"முத்தையாஜி நம்ம தோஸ்த்" என்று சொல்லிச் சிரித்தார்.

"நான்கூட நீங்க ரெண்டு பேரும் வெள்ளைக்காரனை எதிர்த்துப் போராடி ஜெயிலுக்குப் போன இடத்துல சந்திச்சு நண்பர்களாக ஆனீங்களோன்னு நெனைச்சேன்" என்று நானே உருவாக்கி வைத்திருந்த கற்பனைக் காரணத்தைச் சொன்னேன்.

"படுபாவிங்க... அயோக்கியப்பயலுக... வெள்ளைக்காரன் செஞ்ச கொடுமை நம்ம கத்தியைக் கையில பிடிச்சுக்கிட்டு நடுரோட்டுல நிக்குறோம்." என்று மோகன் தாகுர் ஆத்திரப்பட்டார்.

"தாகுர்ஜி, கையில கத்திய பிடிச்சுக்கிட்டு நம்ம வீதியில உட்கார்ந்துக்கிட்டு இருக்குறதுக்குக் காரணம் வெள்ளைக்காரனா? உள்ளூர்க்காரனா? கொஞ்சம் யோசிச்சுப் பாருங்க." கேள்விக்கணையை வீசிவிட்டு எதிரில் நிற்பவரிடமிருந்து அடுத்து என்ன வகையான ஆயுதம் வரப் போகிறது என்பதை எதிர்பார்த்து நின்றார். களத்தில் நிற்கும் வீரனைப் போல தலையை உயர்த்தி உடலை நிமிர்த்தி ஒளிவீசும் தீட்சண்யமான கண்களுடன் கேள்விகளைத் தொடர்ந்தார். "ஊருக்குள்ள வைத்தியரு,

மருத்துவச்சின்னு கவுரவமா வாழ்ந்துட்டு இருந்த குடியைக் கெடுத்து இதுதான் உன்னோட குலத்தொழில். ஊருக்குச் சேவகம் பண்ண வேண்டியது உன்னோட கடமைன்னு சொல்லி இந்த நெலைமைக்குத் தள்ளுனது யாருன்னு யோசிக்கணும்.” என்று உறுதியான குரலிலில் பேசினார் முத்தையா தாத்தா. குரல் கணீர் கணீரென்று ஒலித்தது. வார்த்தைகள் கொட்டையெழுத்தில் எழுதி வைத்ததைப் போலத் தெள்ளத்தெளிவாகத் தெறித்து விழுந்தன.

சில நொடிகள் இடிஇடித்ததைப் போல மடார் மடாரென்று வார்த்தைகள் தெறித்து விழுந்ததும் தாகுர்ஜி சற்று நேரம் பதில் எதுவும் சொல்லாமல் அமைதியானார். மண்டையைக் குடைந்து கொண்டிருக்கும் என்னுடைய குழப்பத்திற்குத் தீர்வு காண வேண்டிய ஆர்வத்தின் உந்துதலில் தாகுர்ஜியை இடைமறித்து, “ஜி, நீங்க எப்போ வாஷிங்டன் வந்தீங்க?” என்று கேட்டேன்.

தாகுர்ஜி கண்களை ஆச்சரியத்தில் விரித்து, “நான் எந்த வாஷிங்டனுக்கும் வரலியே. என்னோட கடையிலயிருந்துதான் பேசுறேன். இங்கப் பாருங்க” என்று சொல்லிவிட்டு கடையின் கூரை இடித்துவிடாமல் குனிந்து கவனமாக வெளியே போனார்.

தாகுரைப் பின்தொடர்ந்து நானும் முத்தையா தாத்தாவும் வெளியே போனோம். ஆச்சரியம்! முத்தையா தாத்தாவின் குன்னிச் சரிந்திருந்த கடையைவிட்டு வெளியே காலை வைத்தால் முனிர்கா பூங்காவையொட்டிய நடைபாதைக்கு வந்துவிட்டோம். சாலையோரம் நீண்டு வளர்ந்திருந்த அசோக மரத்தில் தொங்க விடப்பட்டிருந்த கண்ணாடி, போகிற வருகிற வாகனங்களைப் பிரதிபலித்துக் கொண்டிருந்தது. கொஞ்ச தூரத்திலிருந்த பேருந்து நிறுத்தத்தில் குடியரசுதினவிழா விளம்பரம் எல்லோர் பார்வையிலும் தெரியும்வண்ணம் இருந்தது. இன்னும் அகற்றப்படவில்லை. அழுக்கு தலைப்பாகையோடிருந்த நோஞ்சான் சீக்கியர் என்னைப் பார்த்ததும் எதிர்ப் பக்கம் முகத்தைத் திரும்பிக் கொண்டார். நசுங்கி நெளிந்தத் தகர இருக்கையில் உட்கார்ந்திருந்தப் பெண்ணொருத்தி பேருந்துக்காகச் சாலையை நோக்கிப் பார்த்துக் கொண்டிருந்தாள். அவளின் சிவப்பு உதட்டுச்சாயம் இப்போதுதான் அப்பியது போல ஈரப்பதத்தோடு ‘பளீரென’ மின்னியது. குழப்பம் மேலும் வளர்ந்தது. திடீரென்று ஏதோ நினைவு வந்தவனாக மோகன் தாகுரின் தோளைப் பற்றி இழுத்து அவரை விலக்கிப் பார்த்தேன். ராஜா நாராயண் மிகவும் தீவிரமாகத் தனது வாடிக்கையாளனுக்குச் சிரைத்துக் கொண்டிருந்தார். அவரின்

வழவழப்பான முகத்தில் பட்டு வெய்யில் வழுக்கிக் கொண்டிருந்தது. வேகத்திற்கு ஈடாக அசையும் சுருள்முடியோடு தோளும் தலையும் நடனமாடிக் கொண்டிருந்தன. குதிரைவால் நாவிதரும் வேலையில் தீவிரமாக இருந்தார்.

நிமிர்ந்து பார்த்தபோது கொன்றை மரங்களின் பொன்னிற மலர்கள் என் மனக்குழப்பத்தைப் பார்த்துக் குலுங்கிக் குலுங்கிச் சிரித்தன. காய்களும் தம் சிரிப்பின் சத்தத்தைக் காற்றில் அசைத்துச் சிதறவிட்டன. தொலைதூரத்தில் பார்த்து எதையோ தேடுவதைப் போல அங்கிருந்து பார்வையை விலக்கிப் பார்த்தேன். வாஷிங்டன் நினைவுத்தூண் கம்பீரமாக வானை நோக்கிக் கர்வத்தோடு உறுதியாக நின்றுகொண்டிருந்தது. ஒருவேளை குதுப்மினார்தான் இப்படித் தெரிகிறதா என்று கண்களைத் துடைத்துவிட்டுப் பார்த்தேன். அது இல்லை இது. குதுப்மினார் செங்கற்களால் கட்டப்பட்டுச் சிவப்புநிறத்தில் இருக்கும். வெண்ணிறச் சலவைக்கல்லில் கண்முன்னே உயர்ந்து நிற்பது சந்தேகமின்றி வாஷிங்டன் நினைவுத்தூண்தான்.

மலங்க மலங்க விழித்த பார்வையுடன், “தாத்தா, இங்க கொஞ்சம் வாங்க” என்று முத்தையா தாத்தாவை அழைத்தேன். “இங்க கொஞ்சம் பாருங்க. எனக்குக் கிருதா சரியான அளவு இல்லைன்னு நினைக்கிறேன்” என்று காட்டினேன்.

“கிருதா மாத்திரமில்லை. ஒனக்குத் தலைமுடியும் சரியாத்தான் இல்லை.” என்று சொன்னார்.

“தாத்தா, கிருதாவை மட்டும் பாருங்க. தலைய அப்புறம் பாத்துக்கலாம்” என்றேன். அவர் சொன்னது எனக்குள் சிறு வருத்தத்தை உண்டாக்கியது.

அவரும், “அட ஆமாப்பா, எப்படி வெட்டிவிட்டிருக்காய்ங்க பாரு. என் கடைக்கும் வர்றதில்லை. எவன்கிட்ட தலையக் கொடுத்து இப்படிக் கெடுத்து வச்சிருக்க?” என்று ஆதங்கப்பட்டுக் கேட்டார்.

“அது பெரிய பியூட்டி பார்லர் தாத்தா. அங்கதான் வெட்டுறேன்” என்றேன்.

“இந்தக் காலத்துல எவன்ப்பா தொழிலைத் தரமா செய்றான். அப்படி இப்படின்னு செஞ்சு பளபளப்பா மினுக்கிகிட்டு இருந்தா அதுதான் முதல் தரம்னு சொல்லி மக்களை மயக்கிடுறாய்ங்க” என்று சொல்லிக் கொண்டே கடைக்குள் நுழைந்து கத்திரியை

எடுத்துக் கண்களைக் கூராக்கி என் முகத்தை வலமும் இடமும் திருப்பிக் காது மடல்களின் விளிம்பை அளவாக்கிக் கிருதாவைச் சரி செய்தார். வெட்டியது சரியாக இருக்கிறதா என்று திரும்பிக் கண்ணாடியைப் பார்த்தேன். ஒரு பக்கச் சுவரை முழுதும் மறைத்து நீண்டிருந்த புத்தம்புதுக் கண்ணாடி பளபளவென்றிருந்தது. இது முத்தையா தாத்தா கடை இல்லை. சந்தேகமேயில்லாமல் இது நாகண்ணா கடைதான் என்று எனக்கு உறுதியாகத் தெரிந்தது. கடையின் உள்ளேயும் 'பர்ஃபெக்ட் லுக் ஹேர் டிரஸ்ஸஸ் & பியூட்டி பார்லர்' என்ற பெயரில் ஸ்டிக்கர் ஒட்டியிருந்தது. நாகண்ணாவின் மனைவி அடுத்த அறையில் யாரோ ஒரு பெண்ணுக்கு முகத்தைச் சிவப்பாக்கும் முயற்சியில் இருந்தாள். மஞ்சள் பசையை முகம் முழுக்கப் பூசிப் படுக்க வைத்திருந்தாள். இந்தப் பக்கம் திரும்பிப் பார்க்காமல் வேலையை வெகு சிரத்தையாகப் பார்த்துக் கொண்டிருந்தாள். அவளை அழைத்தேன். திரும்பவேயில்லை. நாகண்ணா எங்கே என்று கேட்டேன். நான் அழைத்ததும் பேசியதும் அவளுக்குக் கேட்ட மாதிரியே தெரியவில்லை. விட்டத்திலிருந்து குளிர்ந்த காற்று வீசியது. கடைக்கு வெளியே மரக்கிளைகள் காற்றுக்குக் குலுங்கிக் கொண்டிருந்தன. கூரையின் ஓட்டையிலிருந்துப் பார்த்தால் கொடுக்காய்ப்புளி மரம் தெரிந்தது. கடை விஸ்தாரமாக எல்லா வசதிகளுடனும், நவீன யந்திரங்களுடன் புத்தம் புதிதாக இருந்தது. கூரை மட்டும் ஓட்டையாகச் சூரியக் கதிர்களின் போக்குவரத்துக்கு எந்தத் தடையுமின்றி இருந்தது. முத்தையா தாத்தா கடையின் ரசம் இழந்த பழைய கண்ணாடி, சுழல மறுக்கும் சாயம்போன வெளிறிய இருக்கையைக் காணவில்லை. அவரிடம் கேட்கலாமென்று நினைத்தேன். இன்றைக்கு, அதிசயமாக ஒரு வாடிக்கையாளன் கிடைத்துவிட்டான் என்பதற்காக அவர் கடையென நினைத்து நிதானமாக முடிதிருத்தும் வேலையைச் செய்து கொண்டிருக்கிறார்.

“தாத்தா, நான் வாஷிங்டன்ல இருக்குறப்போ எப்படி மதுரையில இருக்குற நீங்களும் டெல்லியில இருக்குற மோகன் தாகுரும் வந்தீங்க?” என்று சந்தேகத்தைப் பள்ளிச் சிறுவனைப் போன்ற தொனியில் கேட்டேன். அப்போதுதான் மழலைக்குரல் உடைந்து குரலில் கொஞ்சம் கரகரப்பு கூடியிருந்தது. குரல் உடைந்திருந்த விசயத்தையும், “வயசுக்கு வந்துட்டடா. எளந்தாரி ஆயிட்ட” என்று முத்தையா தாத்தாதான் கண்டுபிடித்துச் சொன்னார்.

“இன்னைக்கு ஒங்க தமிழ் அம்மா வகுப்பெடுத்தாங்களா?” என்று கேட்டார்.

நான் புரியாமல், "இல்லையே" என்றேன்.

"இல்லைன்னா, யாதும் ஊரே யாவரும் கேளிர் பாட்டை வீட்டுப்பாடமா எழுதக் கொடுத்தாங்களா?" என்று கேட்டார்.

"ம்ஹூம்" என்று தலையாட்டினேன். அவர் கேட்டது எதுவும் எனக்குப் புரியவில்லை.

கடையைவிட்டு மிகக் கவனமாக வெளியே போனேன். ஓரடி வெளியில் எட்டுவைத்ததும் அது டெல்லி முனிர்கா சாலையின் நடைபாதையாக இருந்தது. மோகன் தாகுர் நின்றவாறு கண்களைச் சுருக்கிப் பார்த்து ஒருவருக்குச் சுறுசுறுப்பாக முடிவெட்டிக் கொண்டிருந்தார்.

அவரிடம் சென்று, "தாகுர்ஜி, முடிவெட்டுவதற்காக ரொம்ப நேரமாக டுபாண்ட் சர்க்கிளைச் சுற்றிக் கொண்டிருக்கிறேன்." என்றேன். திரும்பிப் பார்த்துப் புன்னகையோடு "கொஞ்ச நேரம் காத்திருங்கஜி. முடிச்சுட்டு உங்களுக்கு ஆரம்பிச்சுடலாம்ஜி" என்றார்.

"அண்ணா, முடிவெட்டிட்டு மீசையைக் கரெக்ட் பண்றப்போ என்னையக் கூப்பிடுங்க. நான் வந்து பண்ணிவிடுறேன்" என்று சொன்னான் குட்டி.

"நானே மீசையைச் சரி பண்ணிடுவேன். எனக்கு யார் துணையும் வேணாம்." என்று குறுக்கே புகுந்து மோகன் தாகுர் ரோஷத்தோடு சொன்னார்.

"தாத்தாஜி, அவருக்கு நான் மீசையைச் சரி பண்றதுதான் புடிக்கும். அதனாலதான் சொன்னேன்" என்று குட்டி அவருக்குத் தன்னிலை விளக்கம் அளித்தான். அவனும் பக்கத்தில் யாருக்கோ முடிவெட்டிக் கொண்டிருந்தான். அதுவும் சுந்தரம் சலூன் கடைக்குள் நின்றபடி வெட்டிக் கொண்டிருந்தான். அவன் தலைக்கு மேலே இருந்த சீனத் தொலைக்காட்சிப் பெட்டியில் கிரிக்கெட் மேட்ச் நடந்து கொண்டிருந்தது. வெளியில் கட்டுக்கடங்காதக் கூட்டம் முண்டியடித்துக் கொண்டு தொலைக்காட்சியை அசையாமல் இறுக்கமாகப் பார்த்துக் கொண்டிருந்தது.

"இன்னைக்கு இந்தியா ஆஸ்திரேலியா ஃபைனல்ண்ணா. இதுல இந்தியா ஜெயிச்சதுன்னா உலக சாதனை. ஆஸ்திரேலியாவுக்கு எதிரா அதிக ஒன்டே மேட்ச் ஜெயிச்சதுன்னு ரெக்கார்ட் பிரேக்." என்றான். அதைச் சொல்லும்போது குட்டி குதூகலமாகச்

சொன்னான். வலப்பக்கம் மதுரையிலிருக்கும் முத்தையா தாத்தா ஹைதராபாத்தின் நாகண்ணா கடைக்குள் முடிவெட்டிக் கொண்டிருந்தார். நடுவில் மோகன் தாகுர்ஜி தன் சகாக்களுடன் வழக்கமாக வெய்யிலின் உறைப்பைப் பொருட்படுத்தாமல் நடைபாதையில் வேலை செய்து கொண்டிருக்கிறார். இடப்பக்கம் சென்னையின் சுந்தரம் சலூனில் முடிவெட்டக் காத்திருந்தக் கூட்டத்தைவிட கிரிக்கெட் பார்க்க நின்றிருந்தக் கூட்டத்தின் நெரிசலில் கடையின் உள்ளே கூடப் போக முடியவில்லை. கூட்டத்தை இடித்துக் கொண்டு வெளிவந்து குட்டி, "மீசையை அட்ஜஸ்ட் பண்ணட்டுமாண்ணா" என்றான்.

"குட்டி, நாம மேட்ச் வெளையாடப் போவோமா?" குட்டியைப் பார்த்ததும் திடீரென உதித்தச் சிந்தனையில் கேட்டேன்.

சற்றும் தாமதிக்காமல், "வாங்கண்ணா, போலாம்" என்றான். இருவரும் உற்சாகத்தோடு ஒருவர் தோளில் இன்னொருவர் கைகளைப் போட்டுக் கொண்டு கிளம்பினோம். குட்டி விசிலடித்துக் கொண்டு வந்தான். நானும் விசிலடித்தேன். இருவரும் போட்டிக்குப் போட்டியாக விசிலடித்தபடிச் சேப்பாக்கம் மைதானத்திற்கு வந்து சேர்ந்தோம்.

★

11

மைதானத்தின் இருக்கைகள் கூட்டத்தால் நிரம்பித் திணறிக் கொண்டிருந்தது. இந்தியாவும் ஆஸ்திரேலியாவும் தொடரின் இறுதியாட்டத்தில் மோதிக்கொண்டிருந்தனர். சேப்பாக்கம் மைதானத்திற்கு வெளியே திருவிழாக் கூட்டம் மாதிரி கும்பல் திரண்டிருந்தது.

"டிக்கெட் 2000 ரூபாய். ரெண்டுதான் இருக்கு வாங்கிக்கிறியா?" என்று ஒருவன் பிளாக்கில் விற்றுக்கொண்டிருந்தான்.

"ரெண்டையும் குடுங்க" என்று என்னிடமிருந்த டாலர்களை அவனுக்குக் கொடுத்தேன். டாலருக்கு டிக்கெட்டுகளைத் தர மறுத்தான். சென்னை சேப்பாக்கத்தில் இருக்கிறோம் என்பது நினைவில்லை. இந்திய ரூபாய் நோட்டுகளைக் கொடுத்து டிக்கெட்டுகள் பெற்றுக்கொண்டோம். உள்ளே ஜனத்திரளில் ஒன்றாகக் கலந்துவிட்டோம். இந்திய அணி ஆடிக்கொண்டிருந்தது. டெண்டுல்கர், சேவக், கோலி என்று முக்கிய விக்கெட்டுக்களை இழந்து அணி தடுமாறிக்கொண்டிருந்தது. "தோனி... தோனி... வீ வான்ட் சிக்ஸர்... வீ வான்ட் சிக்ஸர்..." என்று கூட்டம் கத்தியதில் மைதானம் அதிர்ந்தது. "நீங்கள் கேட்டது என் காதுக்குக் கேட்டுவிட்டது. இந்தா... வாங்கிக்கொள்ளுங்கள்" என்று சொல்லி வைத்த மாதிரி தோனி அடிக்கப் பந்து உயரப் பறந்தது.

"அண்ணா, தோனியோட ஹெலிகாப்டர் ஷாட்" என்று சொல்லிக் குட்டி குதூகலித்தான். "அடுத்து விக்கெட் போனா நான்தான் இறங்கி ஆடணும். நான் போய் ரெடியாகுறேன்" என்று சொல்லி நகர்ந்தான்.

"நீ எப்பவும் ஒங்க டீம்ல ஓப்பனிங்தான ஆடுவ" என்று நகர முயன்றவனை நிறுத்திக் கேட்டேன்.

"இல்லண்ணா. இங்கயும் எனக்கு ஓப்பனிங் குடுக்கலண்ணா. டெண்டுல்கர் ரிட்டையட் ஆனப்புறம் நான்தான் ஓப்பனிங்னு

சொல்லியிருக்காங்க. கொஞ்சம் வெயிட் பண்ணிப் பாக்கலாம்ண்ணா. பொறுமையா இருந்தா எல்லாம் நல்லதா நடக்கும்ண்ணா" என்று சொல்லிவிட்டுப் போனான். அடுத்த விக்கெட் விழுந்து குட்டி இறங்கினான். சிக்ஸர், ஃபோர் என எல்லாப் பந்துகளும் உயரப் பறப்பதும் எல்லையைத் தொடுவதுமாகவும் இருந்தன. அவன் சிக்ஸர் அடித்த பந்துகளைப் பார்வையாளர்கள் தாவித்தாவிப் பிடித்துக் கொண்டேயிருந்தனர். பக்கத்திலிருந்த ஒருவர் அப்படியொரு பந்து வந்தால் பிடிக்கலாமென்று மிகவும் ஆவலாகக் காத்துக் கொண்டிருந்தார்.

அவரின் ஆதங்கத்தைப் புரிந்து கொண்ட நான், "உங்கள் பக்கம் பந்து வரவேண்டுமா?" என்று கேட்டேன்.

"ஆமாம்" என்றார்.

"ஒரு நிமிடம் பொறுங்கள். குட்டியிடம் சொல்கிறேன்." என்றதும் அவர் என்னை நம்பவில்லை. என்னை ஒரு மாதிரியாகப் பார்த்தார்.

"என்ன அப்படிப் பார்க்கிறீர்கள். குட்டி நம்ம தம்பிதான். உங்களுக்கு நம்பிக்கையில்லையா?" என்று கேட்டேன். 'ஆமாம்' என்பது போல் இருந்தது அவரின் பார்வை.

"குட்டி..." என்று கத்தினேன்.

தோனியிடம் ஏதோ பேசிக் கொண்டிருந்தான் குட்டி. நான் கத்தியதும் திரும்பிப் பார்த்து, "என்னாண்ணா..." என்று கத்தினான். அரங்கம் அதிரப் பார்வையாளர்கள் உற்சாகமிகுதியில் கத்திக் கொண்டிருந்தனர். அவர்களின் பேரிரைச்சலை ஊடுருவிக் குட்டியும் நானும் மிகத் தெளிவாக எங்கள் உரையாடலை வேறொரு அலைவரிசையில் நடத்திக் கொண்டிருந்தோம்.

"இந்தப் பக்கமா ஒரு சிக்ஸர் வேணும். இவரு நம்ம ஃப்ரெண்ட்தான்." என்று அவரை அறிமுகப்படுத்தினேன். அடுத்த பந்து உயரப் பறந்து அவரை நோக்கி வந்தது. "புடிச்சுக்கங்க சார்" என்றேன். வாயைப் பிளந்து இரண்டு கைகளையும் அகல விரித்துப் பார்த்துக் கொண்டிருந்தார். பந்து நெருங்கியதும் கைகளைச் சேர்த்து வைத்துப் பிடித்ததும் "ஹே..." என்று கத்திக் கூச்சலிட்டார். மகிழ்ச்சியின் உச்சத்திலிருந்த 'புது' நண்பரின் உருவமும், குட்டியின் உருவமும் பெரிய திரையில் நிறைய நேரம் ஒளிர்ந்து கொண்டிருந்தது. இவ்வளவு விளாசியும் மிகவும் நிதானமாக ஆர்ப்பாட்டமின்றி மைதானத்தில் நின்றிருந்தான் குட்டி.

“ரொம்ப நன்றி சார். என்னுடைய நீண்டநாள் விருப்பத்தை நிறைவேற்றியதற்காக உங்களுக்கு ரொம்ப ரொம்ப நன்றி சார். இப்போ உலகமே என்னை வேடிக்கை பார்க்கும்.” என்று உணர்ச்சிவசப்பட்டார் நண்பர்.

“யார் எப்படி ஆடுனாலும் இந்த உலகம் வேடிக்கை பார்க்கத் தயாரா இருக்கு சார்.” என்றேன். சின்னதாக அவருக்குப் பக்கத்தில் திரையில் நானும் தெரிந்தேன். என்னுடைய முகத்தைத் திரையில் பார்த்தவுடன் “ஹோ...’வென்று இரு கைகளையும் உயரத் தூக்கியபடி நானும் கூச்சலிட்டேன்.

யாரும் எடுக்காத அளவு ஆட்டத்தொடரில் அதிக ரன்கள் எடுத்து இறுதியாட்டத்திலும் தொடரிலும் குட்டி இந்தியாவை வெற்றிபெற வைத்தான். ஆட்டம் முடிந்து பரிசுகளும் கோப்பைகளும் வழங்குவதற்கான ஏற்பாடுகள் மும்முரமாகச் செய்யப்பட்டுக் கொண்டிருந்தன. குட்டி மீண்டும் என்னருகே வந்தமர்ந்தான். ஆடிக் கொண்டிருக்கும் போது சுற்றியிருந்து உச்சஸ்தாயில் கத்திய பார்வையாளர்கள் யாரும் பக்கத்தில் அமர்ந்திருந்த குட்டியைக் கண்டுகொள்ளவேயில்லை.

“குட்டி, நீ ஏன் பாதியில வந்துட்ட?” என்று பதட்டத்தோடு கேட்டேன்.

“என் வேலை முடிஞ்சுருச்சுண்ணா. அதான் வந்துட்டேன்.”

“நீயும் பரிசு வாங்கப் போகலையா?”

“நான் கேமுக்காகப் போனேன். பரிசுக்காக ஆடப் போகலண்ணா.”

“அதெப்படி, நீ ஆடி ஜெயிச்சதுக்கு அவங்க கூப்பிடலியா?”

“இந்தியா டீம் மட்டுமில்லை. எங்க ஏரியா சூளைமேடு டீமும் இப்டித்தான் பண்ணுவானுங்கண்ணா.”

“நீதான் இப்ப சூளைமேடு டீமுக்கு ஆடப்போறதில்லையே.”

“ஆமாண்ணா. ஆனா யாராவது பசங்க வந்து கூப்புடுவானுங்க, அப்ப மட்டும் அந்த டீமுக்கு ஆடிக் குடுத்துட்டு வந்துருவேண்ணா. இப்படியே டீம் மாத்தி டீம் ஆடுறது நல்லாத்தான் இருக்குதுண்ணா.” என்று சொன்னான். சொல்லிக் கொண்டிருக்கும் போது பின்னாலிருந்து யாரோ வருவது போலத் தெரிந்தது. என்னைத் தாண்டி மண்ணில் நீண்ட உருவமொன்று நிழலாடியது. நிழலுருவம் என் முன்னே நீண்டுகொண்டே போனது.

“இப்படித்தாங்க ஆனந்த்காரு. நம்மகிட்ட நல்லா வேலை வாங்கிக்குவாங்க. ஆனா சரியான கூலி தர மாட்டாங்களாம். அதைக் கேட்டுட்டு நாம சும்மா இருக்கக் கூடாது. அதை எதிர்த்துக் கேட்கணும். ஆனால், நாம போராடும் போது சிலர் மட்டும்தான் வருவாங்க. எல்லோரும் ஒத்துமையா சேர்ந்து வர மாட்டங்க. அப்படியொரு நிலைமை இங்க இருக்குது. என்னோட அனுபவத்துல சொல்றேன். அதுக்காகச் சோர்ந்து உட்காரக் கூடாது. சமூகத்துக்குக் கேடு வந்துட்டா அடுத்தவன் வர்றானான்னு பார்க்கக் கூடாது. நாம முன்னாடி நிக்கிறோமான்னுதான் பார்க்கணும். அப்புறம் எதுக்குக் கூடி வாழுறோம். நாம எல்லாரும் ஒரு வர்க்கம்னு சொல்றப்போ அதே வர்க்கத்துல ஒருத்தருக்கு ஏதாவது நடந்ததுன்னா அவனுக்குத் துணையா ஒன்னா நிக்கணும். அப்பத்தான் நமக்கொரு கேடுன்னா அடுத்தவன் நமக்கு ஆதரவா நிப்பான்” என்று மூச்சுவிடாமல் பேசினார் நாகண்ணா. நிழலுருவம் நாகண்ணாதான் என்று சந்தேகப்பட்டது சரியாக இருந்தது.

கல்லடி பட்ட குளம் வட்ட வட்ட அலைகளை எழுப்பிக் கொண்டே இருப்பது மாதிரி மூச்சிரைப்பதையும் பொருட்படுத்தாமல் ஆவேசமாகப் பேசிக் கொண்டிருந்தார். அலைகள் எழும்பி அடங்கியதைப் போல நாகண்ணா திடீரென்று அமைதியில் ஆழ்ந்தார். திரும்பி என்னை உற்று உற்றுப் பார்த்தார். “காயமெல்லாம் சரியாயிருச்சா?” என்று நெற்றியைத் தடவிப் பார்த்துக் கேட்டார்.

“அண்ணா, கொஞ்சம் சத்தமில்லாம பேசுங்க. எங்க அப்பா பக்கத்துல ஒக்காந்துருக்காரு. அடிபட்டதை வீட்டுக்குச் சொல்லலை. அவருக்குக் கேட்டதுன்னா ரொம்பப் பதட்டமாயிடுவாங்க” என்றேன்.

“சரிங்கோ ஆனந்த்காரு. அப்பா இங்க வந்திருக்காரா? அறிமுகப்படுத்தவே இல்லையே” என்று செல்லமாகக் கோபித்துக் கொண்டார்.

“ஏமண்டி நாகண்ணாகாரு. நல்லா இருக்கீங்களா? பார்த்து ரொம்ப வருஷங்கள் ஆச்சு.” என்று என் அப்பா நாகண்ணாவைப் பார்த்துக் கேட்டார்.

“என்னைய நீங்க பார்த்திருக்கீங்களா?” என்று தமிழில் தட்டுத்தடுமாறிப் பேசினார். திருப்பதிக்குச் செல்லும் தமிழ்நாட்டுப் பக்தர்களிடம் கற்றுக் கொண்ட தமிழ்.

“எனக்கு நல்லா தெரியுமே. உங்ககிட்ட மொட்டையெடுக்க வந்தப்போ நீங்கதான் என்னோட தெய்வம்ன்னு பயபக்தியோட வணங்கி எங்கிட்ட ஆசிர்வாதம் வாங்கிக்கிட்டீங்களே. மறந்துடுச்சா?” என்று அப்பா நாகண்ணாவைப் பார்த்துக் கேட்டார். நாகண்ணா அதை நினைவுபடுத்திக் கொள்ளும் யத்தனத்தில் ஆழ்ந்த யோசனையில் மூழ்கினார். எவ்வளவு யோசித்தும் அப்பாவின் நினைவை அவரால் மீட்டெடுத்துக்கொள்ள முடியாததால் மிகுந்த வருத்தப்பட்டார்.

“ஞாபகம் வச்சுக்க முடியலைன்னு ரொம்பக் கஷ்டப்பட வேணாம். உங்களைத் தேவையில்லாம கொழப்பிட்டேன்னு நினைக்கிறேன். அதுக்காக ரொம்ப மனசைப் போட்டு வருத்திக்க வேணாம்” என்று அவருக்கு ஆறுதல் சொல்லுவதைப் போலப் பேசினார் அப்பா.

“நீங்க பெரியவரு. உங்களைப் பார்த்ததை எப்படி மறந்தேன்னு தெரியலை.”

“மறந்ததை நினைச்சு சந்தோஷப்படுங்க. ஞாபகங்கள் ரொம்பப் பெரிய வியாதி.” என்று சொல்லிக் கலகலவெனச் சிரித்தார். அப்பா இதைப்போலத்தான் எதைச் சொல்லி முடித்தாலும் கலகலவெனச் சிரிப்பார்.

“ஆமாம். அப்பா சொல்றது சரிதான். ஞாபகங்கள் ரொம்பத் தொல்லை பண்ணும். அதை மறந்துடுறதுதான் நல்லது. ஆனால் இந்த மனிதப் பிறவிக்கு இது எப்பவும் புரியறதில்லை.” என்று சொல்லிக் கொண்டே மாணிக்கம் அண்ணன் பறந்து கொண்டிருந்தார்.

மைதானத்தின் பார்வையாளர் கூட்டத்திலிருந்து பிரசன்னமான சேரன் எங்கள் பக்கத்தில் வந்து நின்றுகொண்டான். சேரனைப் பார்த்ததும் மாணிக்கம் அண்ணன் திடீரென்று ஆவேசக்கூச்சல் எழுப்பிக் கொண்டே எங்களை நோக்கி ஓடிவந்தார். கிரிக்கெட் மட்டையால் சேரனை அடிக்கப் பாய்ந்தார். அவரிடமிருந்துத் தப்பி ஓடினான். சேரனைத் துரத்தித் துரத்தி அடிக்க ஆரம்பித்தார். எங்கள் கல்லூரி விடுதியில் குளியலறைக்கு வெளியே தேக்குமரத் தோப்பில் மாணிக்கம் அண்ணன் சேரனை இழுத்துப்போட்டு அடித்து உதைத்தார். அதைப் பார்த்து என்ன செய்வதென்று தெரியாமல் அதிர்ச்சியோடு நின்றிருந்தேன். ஏதோ நினைவு வந்தவனாக ஓடிப்போய் அறைகளில் புகைபிடித்துக் கொண்டிருந்த நண்பர்களை

அழைத்து வந்தேன். எல்லோரும் சண்டையை விலக்கிவிட்டு சேரனைக் காப்பாற்றி மாணிக் பாஷாவை அடிக்க ஆரம்பித்தார்கள். சேரன் மட்டும் பாஷாவை அடிக்க வேண்டாமென்று நண்பர்களிடம் மன்றாடினான். பாஷா அவனை அடித்தபோது இருந்த வலியைவிட நண்பர்கள் அவரை அடிக்கும் வலிதான் அவனுக்கு வலிக்கிறது என்றான். பாஷாவுக்குக் குறுக்கே விழுந்து, "அவரை விட்டுவிடுங்கள்" என்று அழுது கெஞ்சினான். நண்பர்கள் விடுவதாயில்லை. பாஷாவைக் கொலை செய்துவிடலாமென்று பேசிக் கொண்டார்கள். சேரனுக்குத் திகைப்பாக இருந்தது. சேரன் அந்தக் காரியத்தைச் செய்ய ஒப்புக் கொள்ளவில்லை.

"பாஷா அண்ணா உன்னைய கொல்லணும்னு ரொம்ப நாளா திட்டம் போட்டுட்டு இருந்தாரு. அதனாலதான் உன்னைய அடிக்க வந்துருக்காரு. அன்னைக்கு ஒரு அஞ்சு பேரோட சேர்ந்து உன்னைய தீர்த்துக் கட்டணும்னு பேசிக்கிட்டு இருந்தாரு. அப்பவே அந்த இடத்திலேயே கண்டிச்சேன். உயிரோட விட்டுட்டோம்னா கண்டிப்பா உன்னையவோ இல்லை நம்ம டீம்ல யாரோ ஒருத்தனைக் கொல்லாம விடமாட்டாரு. அதனால இப்பவே இவரைக் கொன்னுட்டா நல்லது." என்று நண்பர்களில் ஒருவன் கொலைவெறியோடு உடல் நடுங்க ஆவேசமாகக் கூறினான். பூதத்தைப் போல பயங்கரமாக ஆவேசக்குரல் எழுப்பினான். அதுவே பாஷாவைக் கொன்றுவிடப் போதுமானதாக இருந்தது.

"ஒரு தனி மனிதனைக் கொல்றதுனால சமூகத்துல எதையும் மாத்திட முடியாது" என்று சொன்னான் சேரன். "அவரைக் கொன்றுவிட்டால் எல்லாப் பிரச்சினைகளும் தீர்ந்துவிடாது" என்று திடமாகக் கூறினான்.

"உயிரோட விட்டா உன்னைய கொன்னுப் போட்டுருவாரு. இந்த ஆபத்தான நேரத்துலயும் நீ அவருக்குத்தான் உதவி செய்யணும்னு நினைக்கிறியா?" என்று அதே நண்பன் சேரனுக்கு உண்மையைப் புரிய வைத்துவிட வேண்டுமென்ற நோக்கில் கத்தினான்.

"அவர் என்னைய கொல்ல மாட்டாருடா. அடிக்கறத நிறுத்திட்டு அவரைப் போகவிடுங்க."

"சேரா, இப்ப நீ எடுக்குற முடிவு நாளைக்கு உனக்கே ஆபத்தா முடியும். நல்லா யோசிச்சு முடிவெடு."

"நல்லா யோசிச்சுதான் சொல்றேன். அவரைத் தயவுசெய்து விட்டுருங்கடா." என்று கெஞ்சியவாறு கண்ணீர்விட்டு அழுதான்.

அழுது கொண்டிருந்ததைப் பார்த்துப் பொறுக்கமாட்டாமல் ரத்தக் காயங்களோடு "பிழைத்துப் போ..." என்று பாஷாவைத் தள்ளிவிட்டனர்.

இரண்டு நாட்கள் கழித்து நாகண்ணா, முத்தையா தாத்தா, மோகன் தாகுர் என மூவரிடமும் மாணிக்பாஷா நடந்த விசயத்தைச் சொன்னார். மருத்துவர் சங்கத்தின் சார்பாக பிரச்சினையை நீங்கள்தான் விசாரித்துச் சேரன் மற்றும் நண்பர்கள் மீதும் கடுமையான நடவடிக்கை எடுக்க வேண்டுமென்று முறையிட்டார். பாஷாவின் புகாரை ஏற்று பஞ்சாயத்துக்கு அழைப்பு விடுக்கப்பட்டது.

"சேரன் நம் சாதியைச் சேர்ந்தவனில்லை. அவன் இஷ்டத்திற்குக் கத்திரியை எடுத்துக் கொண்டு எப்படித் திரியலாம்?" என்று மாணிக் பாஷா புகாரைத் தொடங்கி வைத்தார்.

"நமக்கு வர வேண்டிய வருமானத்தைக் கெடுத்து நஷ்டம் ஏற்படுத்துகிறான்." மோகன் தாகுரும் மாணிக் பாஷாவுக்கு ஆதரவாகப் பேசினார்.

முத்தையா தாத்தாவுக்கு பஞ்சாயத்தும் விசாரணையும் சிறுபிள்ளைத்தனமாகத் தோன்றியது. கூடி நின்றிருந்தவர்கள் அனைவரையும் பள்ளிக்குழந்தைகளைப் போலப் பாவித்துக் கொண்டு பேசினார். "யாரோ ஒரு சின்னப்பையன். பொழுதுபோக்கா அவனோட சோக்காளிகளுக்கு முடிவெட்டுறத ஏன்ப்பா பெரிய பிரச்சினையாக்குறீங்க. அதுக்காக இவ்வளவு பெரிய பஞ்சாயத்தா? சின்னப் பசங்க. எளவட்ட வயசுல துறுதுறுன்னு ஏதோ பண்ணிட்டுப் போறாங்க. நம்ம வீட்டுப் பசங்க மளிகைக்கடை வக்கிறாங்கன்னு வச்சுக்கோ. மளிகைக்கடை வைக்க எங்க சாதிக்குத்தான் உரிமையிருக்குன்னு யாராவது சொன்னா நீங்க ஒத்துக்குவீங்களா. இதையெல்லாம் பெரிசு பண்ணக்கூடாது" என்றார்.

"சின்னஞ்சிறுசுன்னு இன்னைக்கு விடுறதுதான் நாளைக்குப் பெருசா மொளைச்சு நிக்கும். ஸ்டைல், ஃபேஷன், ட்ரெண்ட்ன்னு எதையெதையோ சொல்லி லாபம் சம்பாதிச்சுக் கொழுக்குறாங்க. நாளைக்கு இவங்கள ஆளுங்கதான் பெரிய முதலாளிங்களா வளர்ந்து நிற்பாங்க. முளைக்கும்போதே வெட்டி எறிஞ்சுடணும். அதைப் பத்தியும் பேசணும்." என்று பாஷா உடன் சேர்ந்து நாகண்ணாவும் கருத்து தெரிவித்தார். அவரின் வழக்கமான

மரியாதை கலந்த பேச்சு தொலைதூரத்தில் விழுந்துத் தொலைந்துவிட்டது.

"இப்ப பிரச்சினை அது இல்லை. நமக்குச் சம்பந்தமில்லாத யாரோ ஒருத்தன் என்னோட கடை பக்கத்துல எனக்கு வரவேண்டிய வாடிக்கையாளர்களைத் தள்ளிக் கொண்டு போவது நியாயமா? அதுதான் இப்போ நம்ம முன்னாடி இருக்குற கேள்வி. எனக்கு அதுக்குப் பதில் வேணும்." என்று பாஷா வேதனை ததும்பும் குரலில் சொன்னார்.

"ஒரு தொழில்னா அதை யார் வேணும்னாலும் பண்ணலாம். இந்தத் தொழிலை இவன்தான் பண்ணணும்கிறது நம்ம தலையில நாமே பீயை வாரி கொட்டிக்குறதுக்குச் சமம்." என்றார் முத்தையா தாத்தா. ஒருவரை நோக்கி இன்னொருவர் கேட்கும் கேள்விகளிலும் சொல்லும் பதில்களிலும் திருப்தியற்றவர்களாகத் தாத்தாவும் தாகுரும் தங்களுக்குள் கேள்விகளை எதிர்கொண்டும் எதிர்க் கேள்விகள் தொடுத்தபடியும் வாதத்தைத் தொடர்ந்தனர்.

"அதெப்படி நம்ம வீட்டுக்குள்ள யாரை வேணும்னாலும் நுழையவிட முடியும்?" என்று மோகன் தாகுர் கொதித்தபடிப் பேசினார். முத்தையா தாத்தா பேசியதில் துளியும் தனக்கு உடன்பாடில்லை என்பது மாதிரி முகத்தோற்றத்தை வைத்துக் கொண்டு தாகுர் பேசினார்.

"தாகுர்ஜி, அது நம்ம வீட்டுக்குள்ள வர்றதில்லை. வீதி எல்லோருக்கும் சொந்தம். யாருக்குத் திறமை இருக்குதோ அதை வச்சுத் தொழிலைப் பார்க்கலாம். இதுல யாரும் குறுக்கிட முடியாது" என்றார் முத்தையா தாத்தா.

"கத்திரியையும் கத்தியையும் மற்றவர்கள் எப்போதெல்லாம் பிடித்துக் கொண்டு தொழில் செய்ய வருகிறார்களோ அப்போது அது நம்முடைய வாழ்வாதரத்தைப் பாதிக்கும். கடுமையா அதைக் கண்டிக்கணும்."

"தாகுர்ஜி, கத்திரியும் கத்தியும் பிடிக்கிறதைப் பெருமையா நினைக்கிறீங்களா? இன்னொருத்தன் அழுக்கைச் சுத்தம் பண்ணத்தான் நாம பொறந்தோமா? எவனோ ஒருத்தன் அப்படி எழுதி வச்சது உண்மைன்னு நம்பி ஏத்துக்கச் சொல்றீங்களா? அதையெல்லாம் எந்தக் காலத்திலும் என்னால ஒத்துக்க முடியாது. இதையே எத்தனைக் காலத்துக்கு ஏத்துக்கிட்டு வாழப் போறோம்? வேற வழியில்லாம நானும் நீங்களும் இதைச் செஞ்சுட்டு

இருக்கோம்னுதான் நான் நினைக்கிறேன். என்ன மயிருக்கு, அழுக்கு எடுக்குறத நம்ம தொழில்னு தலையில தூக்கி வச்சுக்கிட்டு கொண்டாடணும்."

"முத்தையாஜி, நானும் அதையெல்லாம் பெருமையா நினைக்கலை. நம்முடைய உண்மையான குலம் தாகுர் ஜாதி. ஷத்திரிய வர்ணம். கையில் போர்வாள் இருந்தது. இப்போது சவரக்கத்தி இருக்குது. எனக்கும் அந்த உண்மையும் பெருமையான வரலாறும் தெரியும். ஆனால், நான் சொல்றது வேற. இந்த நிமிஷத்துல நமக்குச் சோறு போட்டு உயிரைக் காப்பாத்துற தொழிலைப் புனிதமாத்தான் பார்க்கணும். அது நம்மோட கடமை. உரிமையும் கூட. யாருக்காகவும் அதை விட்டுக் கொடுக்க முடியாது. அதைத்தான் நான் சொல்ல வருகிறேன். நன்றாகப் புரிந்து கொள்ளுங்கள்."

"அது உங்க ஊருப்பக்கம் வரலாறு. எங்க ஊருப்பக்கம் பூர்வீகத்துல நாங்க மருத்துவர்களா இருந்தோம். ஒவ்வொரு ஊர்லயும் வைத்தியம் பார்த்தோம். ஒவ்வொரு ஊர்லயும் ஒரு வரலாறு இருக்கலாம். நான்தான் ஒசந்த சாதின்னு சொல்லலை. ஊர்ல எல்லோருக்கும் சமமா வைத்தியம் பாக்குறதுதான் நம்ம பூர்வீகத் தொழில். எப்போ கத்தியைப் பிடிச்சுக்கிட்டு தெருவுக்கு வந்தமோ அப்பவே இது தாழ்ந்த சாதியா மாறிப்போச்சு. ஊருக்குள்ள தலையைக் குனிஞ்சு ஒடம்பை வளைச்சு சேவகம் பண்ணிட்டு இருக்குற நமக்குக் கீழ நாலு சாதி இருக்கத்தான் செய்யும். கீழ்ச்சாதியைக் கண்ட உடனே பொல்லாதப் பெருமையெல்லாம் வரும். ஆண்ட வரலாறு பெருமையெல்லாம் பேசலை. அதில் எனக்குத் துளி நம்பிக்கையும் இல்லை. பூர்வீகத்துல வைத்தியர்களா இருந்தோம். அது எங்களோட குலத்தொழில். அதை நாங்கதான் செய்வோம்னு இந்தக் காலத்துல உரிமை பாராட்டிக் கேட்க முடியுமா? காலேஜுக்குப் போயி பட்டம் வாங்கிக் கோட்டு போட்டுக்கிட்டுத் திரியறவன் சும்மா விட்டுருவானா? நமக்கு எது இழிவு? எது தரக்குறைவு? என்கிற தெளிவு இருக்கணும். அன்னைக்குப் பெருமையான தொழில் செஞ்சுருக்கலாம். இன்னைக்கு இழிவா மாறி நாத்தமெடுக்குற பொழைப்பைச் செஞ்சுக்கிட்டுச் சீரழிஞ்சு நிக்குறோம். இழிவு எங்கிருந்தாலும் தூக்கிப் போட்டுறணும். அவ்வளவுதான்."

முத்தையா தாத்தா இவ்வளவு ஆவேசமாக பேசிப் பார்த்ததில்லை. மெல்லியதாய்த் தூரத்தில் எங்கோ இடித்ததைப் போல ஆரம்பித்த இடிச்சத்தம். மெல்ல அதிர்வுகள் பெரிதாகிப் பெரிதாகிச் சத்தம்

கூடிக் கொண்டே போனது. இடைவிடாது இடிகளின் ஒலி பிரளயம் நடந்ததைப் போல வெடித்துக் கொண்டேயிருந்தது.

முத்தையா தாத்தா பேசப் பேச நானும், சேரனும், மோகன் தாகுரும், நாகண்ணாவும், மாணிக்கமும் அவரையே உற்றுப் பார்த்துக் கொண்டிருந்தோம். தாத்தாவின் பேச்சில் துளியும் உடன்பாடு இல்லாதவரைப் போல மாணிக்கம் முகத்தை வைத்திருந்தார். நாகண்ணாவும் மோகன் தாகுரும் அதை ஆமோதிப்பது போல இறுமாப்பாய் நின்றிருந்தனர். கண்களில் ஆத்திரத்தின் சொட்டுத் ததும்பி நின்றிருந்தது. ஆத்திரம் சொட்டுச் சொட்டாய் விழுந்து நிரம்பிய குளம் போல நிறைந்து வழிந்தது.

"இவனுக்கு ஏதாவது தண்டனை கொடுத்தே ஆகணும்" என்று பாஷாதான் தன் முடிவை முதல் ஆளாகப் பரிந்துரைத்தார்.

"நானும் அதையேதான் நினைத்துக் கொண்டிருக்கிறேன். வாழ்வாதாரத்தைக் காப்பாற்றிக்கொள்ள எத்தனை நாளைக்குத்தான் வெறும் போராட்டங்களை மட்டுமே நடத்திக் கொண்டிருப்பது." என்று பொங்கினார் நாகண்ணா.

"இதற்கு மனப்பூர்வமான சம்மதத்தைத் தெரிவிக்கிறேன். வேண்டுமானால் தண்டனையை நிறைவேற்றுகிற பொறுப்பையும் ஏற்றுக்கொள்ளத் தாயாராயிருக்கிறேன்" என்று தாகுர்ஜி முன்வந்தார். மிடுக்காகவும் கம்பீரமாகவும் உடலை முறுக்கிக் கொண்டார். அதைச் செய்யும் திடமும் பயிற்சியும் தனக்கு இருக்கிறது என்பதைப் போன்ற தோற்றத்தில் தன்னைக் காட்டினார்.

"நான் அதற்கு ஒத்துக் கொள்கிறேன். நீங்களே தண்டனையை நிறைவேற்றுங்கள். கத்திரியைத் தொட்ட இரண்டு கைகளையும் வெட்டிவிடலாம்" என்று பாஷா பரிந்துரைத்தார். அரசவம்சத்தின் வாரிசு என்பதால் தாகுருக்குத்தான் கைகளை வெட்டும் தகுதி இருக்கிறது என்று நம்பியதைப் போல இருந்தது அவர் சொன்னது.

"மாணிக்கம், ஒனக்குப் பைத்தியம் பிடிச்சுருக்கா. ஏன் வெறி பிடிச்ச மிருகம் மாதிரி இப்படிப் பேசுற?" முத்தையா தாத்தா சினத்தோடு பாஷாவை எதிர்த்துக் கேட்டார். 'என்ன ஆச்சு இந்தப் பயலுக்கு' என்பதைப் போல பாஷாவை கோபத்துடன் முறைத்துப் பார்த்துத் தன் எதிர்ப்பைத் தெரிவித்தார்.

"நானும் இதற்கு முழுமையாக உடன்படுகிறேன்." என்று சொல்லிக் கொண்டே பாஷாவிடம் நெருங்கிச் சென்று நின்றார்

நாகண்ணா. நாகண்ணா, இதற்கு மேல் பேசுவதற்கு எதுவுமில்லை என்பது போல் முத்தையா தாத்தாவை ஏகத்தாளமாகப் பார்த்தார். தாத்தாவிடமிருந்து பார்வையை விலக்கி 'விரைவில் தண்டனையை நிறைவேற்றுங்கள்' என்பதைப் போல நான்கு சொற்களிலேயே தன் ஆதரவைத் தெரிவித்தார் நாகண்ணா. தண்டனையை நிறைவேற்றப் போகும் தாகுரின் திறமையைப் பார்க்க மிகுந்த ஆர்வத்துடன் தயாரானார்.

"இவன், நம் குலத்தொழிலைக் கெடுக்க வந்த கோடாரி. அதனால் கைகளை வெட்டுவது மட்டும் போதாது" என்று சொல்லிவிட்டு மோகன் தாகுர் கொஞ்சம் இடைவெளிவிட்டார். சுற்றியிருந்த எல்லோரையும் ஒருமுறை கர்வத்தோடு உற்றுப் பார்த்தார். எல்லோரும் தாகுரின் மனதிலிருக்கும் எண்ணத்தை அவர் சொல்லும் முன்பாகவே கண்டுபிடித்துவிட வேண்டுமென்று பிரயாசைப்பட்டனர். ஒவ்வொரு அசைவையும் கவனித்து எடைபோட ஆரம்பித்தனர். தன்னை எளிதில் கணித்துவிடக் கூடாதென்பதில் தாகுர் மிகவும் கவனமெடுத்துக் கொண்டார். அதிகார மிடுக்கினைச் சிரமப்பட்டு வரவழைத்துக் கொண்டு அங்குமிங்கும் நடந்தார். ஆளும் மன்னனைப் போல நடை இருக்கிறதா என்பதை அவ்வப்போது பரிசோதித்துக் கொண்டார். தாகுரின் மர்மமான அமைதியும் பூடகமான இடைவெளியும் அருகிலிருந்த மூவரின் கற்பனைகளுக்கும் தீனிபோட்டுக் கொண்டிருந்தன.

"ஆனால்..." என்று மீண்டும் பேசத் துவங்கியவர் இப்போதும் சிறிது இடைவெளிவிட்டார். பேரமைதியைத் திட்டமிட்டு உருவாக்கினார்.

"ஆனால்... என்ன தாகுர்ஜி? சீக்கிரம் சொல்லுங்கள். என்ன சொன்னாலும் உங்களுடைய ஆணைக்குக் கட்டுப்பட்டு நடக்கத் தயாராயிருக்கிறோம்" என்று பாஷா சொன்னார்.

"ஆமாம். உங்கள் சொல்லுக்குக் கட்டுப்பட்டுச் செல்லச் சித்தமாயிருக்கிறேன். தலைவன் என்று ஒருவரை ஏற்றுக் கொண்டால் அவரின் சொற்களுக்கு எப்போதும் கீழ்ப்படிந்து நடப்பேன். அதுதான் என் சுபாவம். அதிலும் நமது சமுதாயம் சம்பந்தமானது என்றால் எந்தத் தியாகத்திற்கும் என்னை அர்ப்பணிக்கத் தயாராயிருக்கிறேன். உங்கள் யோசனை என்னவென்று சொல்லுங்கள். ஆனால்..." என்று சொல்லிவிட்டு மேற்கொண்டு எதுவும் சொல்லாமல் "எங்களை மேலும் மேலும்

அலைக்கழிப்புக்கு உள்ளாக்காதீர்கள்." என்று நாகண்ணா சொன்னதும், தாகுர் அதைச் சொல்வது என முடிவெடுத்தவர் போலக் கூர்ந்து பார்த்தார்.

★

12

மனத்தில் மின்னலெனத் தோன்றிச் சமுத்திரத்தின் அலைக்கூட்டத்தைப் போலப் பல்கிப்பெருகி மனக்கதவுகளைத் தட்டுகிறது தாகுர் எடுத்த முடிவு. தாகுருக்கு, முடிவைச் சொல்லும்போது எப்படி எடுத்துக் கொள்வார்கள் என்று சந்தேகம் உண்டானது. தன் முடிவைச் சொன்னால் இவர்கள் ஒத்துக் கொள்வார்களா என்ற கேள்விதான் கண் முன்னால் பெரிதாக எழுந்து நின்றது. முடிவை ஏற்றுக்கொள்ளாவிட்டால் என்ன செய்வது என்பதை தாகுரால் நினைத்துப் பார்க்கவே முடியவில்லை. பிரவுன் நிறக்கண்கள் மனதின் ரகசியங்களைக் கசிந்து விட்டுவிடக்கூடாதென்பதில் மிகவும் கவனமாக இருந்தார். பாரம்பரியப் பெருமையால் முடிசூட்டிக் கொண்ட சர்வ அதிகாரம் படைத்த ஒரு மன்னனுக்கான தோரணை கொஞ்சம் கொஞ்சமாக அவர் மீது கவிந்தது.

“ஏன் எங்களைக் காக்க வைத்து சோதிக்கிறீர்கள் தாகுர்ஜி? நீங்கள்தான் எங்கள் குலப்பெரியவர். ஏன்? நீங்கள்தான் எங்கள் சமுதாயத்தின் முடிசூட்டப்பட்ட மன்னன் என்றுகூட வைத்துக் கொள்ளலாம். இன்னும் நேரத்தை வீணாக்காமல் பட்டென்று சொல்லுங்கள்.” என நாகண்ணா இறைஞ்சினார்.

“நானும் அப்படித்தான் நினைக்கிறேன் தாகுர்ஜி. நீங்கள் குலத்தைக் காக்கும் அரசன். அதிலென்ன சந்தேகம். உங்களின் முடிவு எங்களுக்கு இடப்பட்ட ஆணை. அவனது கைகள் இரண்டையும் துண்டாக்குங்கள். இல்லையென்றால் விரைந்து உங்கள் முடிவைத் தெரிவித்துவிடுங்கள்.” இனிமேலும் பொறுமையாக இருந்தால் நெஞ்சு வெடித்துவிடும் என்பதைப் போலக் கத்தினார் பாஷா. தான் மனதில் நினைத்ததை இவ்வளவு விரைவாக அதே வார்த்தைகளில் இருவரும் அச்செடுத்துப் பேசுவதைக் கண்டு தாகுருக்கு ஆச்சரியமானது. கம்பீரத்தையும் மிடுக்கையும் மிளிரச் செய்தபோது மன்னனாகவே உருமாறியிருந்தார்.

“என்னடா நடக்குது இங்க. நாடகம் மாதிரி ஒவ்வொருத்தரும் ஆவேசமா பேசுறிங்க. ஆத்திரம் உங்களோட கண்ணை மறைக்குது. நிதானத்துக்கு வாங்க. இது ஜனநாயக நாடு. தாகுர் கடவுளும் இல்ல. நீங்க அவருக்கு நேந்துவிடப்பட்ட கோழிகளும் இல்ல.” என்று கத்தினார் முத்தையா தாத்தா. அவர்களிடத்தில் முளைவிட்ட விபரீதமான சிந்தனையைக் கலைத்துப் போட முயன்றார்.

இன்னும் தாமதித்தால் முத்தையாஜி தனக்கு வெகு அபூர்வமாகக் கிடைத்தப் புதிய அவதாரத்தை நாகண்ணா, மாணிக்கம் கைகளாலேயே பறிக்க வைத்துவிடுவாரென்ற பதற்றமடைந்தார் தாகுர்.

“இவனுக்கு மரணதண்டனை வழங்கலாம்.”

தாகுர் ஆவேசத்தோடுத் தன் முடிவை அறிவித்தார். அது அலறலாக எதிரொலித்தது. அனைவருக்கும் கீழே இருந்த பூமி தலைகீழாகச் சுழன்று வந்து நின்றது. சேரன் அங்குதான் இருக்கிறானா என்னும் சந்தேகப்படும்படி முடிவுகளுக்கு எவ்வித எதிர்வினையும் காட்டாமல் நின்றிருந்தான். சலனமற்ற சேரனின் பார்வை வியப்பாய் இருந்தது. அங்கிருந்த எல்லோருக்கும் தாகுரின் மரணதண்டனை முடிவு மிகுந்த அதிர்ச்சியாக இருந்தது.

“தாகுர்ஜி, பெனாத்தாதீங்க. நிதானத்தோட பேசுங்க.” என்று ஆவேசமும் பதற்றமும் நிறைந்த மனிதராகக் கத்தினார் முத்தையா தாத்தா.

நாகண்ணாவும் மாணிக்கமும் இதை எதிர்பார்க்கவில்லையென்பது முகக்குறிகளில் தெரிந்தது. இருவரின் முகங்களும் திகிலடைந்து கலவரமாய் இருந்தது. தாகுர் இருவரின் முகங்களையும் பார்த்தார். தன்னுடைய முடிவைக் கேட்ட மாத்திரத்தில் நடுநடுங்கிப் போவார்கள் என்று எதிர்பார்த்த மாதிரியே நடந்தது. இருவரும் உடல் அதிர நடுங்கினர்.

“நம்முடைய வாழ்க்கையைக் கெடுக்க இவனைப் போல தினம் ஒருவன் ஒவ்வொரு மூலையிலிருந்தும் கிளம்பி வருவான். இதுமாதிரியான பிரச்சினைகள் வருங்காலத்தில் நடக்காமல் தடுக்க வேண்டுமானால் கடுமையான முடிவுகளை எடுக்கத்தான் வேண்டும். அதற்கான காலம் வந்துவிட்டது. என்ன நாகண்ணா, நீதான் பெரிய முதலாளிகள் நம் குடியைக் கெடுத்துவிட்டார்கள் என்று எப்போதும் கூப்பாடு போடுவாய். நீயே சொல். எடுத்த முடிவு குடியைக் காக்கவல்லதா இல்லையா?” என்று நாகண்ணாவை

நோக்கித் தன் முடிவை ஏற்றுக்கொள்ள வேண்டுமென்பதைப் போலப் பேசினார். போருக்குப் புறப்படும் மன்னனாய் முகத்தை வைத்துக் கொண்டு அங்கிருந்து சற்று நகர்ந்தார். மேனியைச் சிலிர்த்துக் கொண்டு மாணிக்கத்தைப் பார்த்தார்.

"என்ன மாணிக்கம்... ஏதும் பேசாமல் நின்றுவிட்டாய். இவனுக்குத் தண்டனை வழங்க வேண்டுமென்று நீதானே பரிந்துரைத்தாய். கைகளை வெட்டினால் என்ன? தலையை வெட்டினால் என்ன? நம்முடைய நோக்கம் இவனைக் கொலை செய்வதல்ல. இவனைப் போன்ற குலவிரோதிகளுக்குப் பாடம் கற்பிப்பதுதான். பாடம் கற்பிப்பது என்றால் எறும்பு கடிப்பது போலச் சுருக்கென்று தடவிக் கொடுத்து விட்டுப் போகக்கூடாது. பாம்பைப் போல நச்சென்று கொத்த வேண்டும். மனிதன் எறும்பைப் பார்த்துப் பயப்படுவானா? பாம்பைப் பார்த்தா? உன்னுடைய முடிவுக்கே விட்டுவிடுகிறேன். நீயே யோசித்துச் சொல்." எப்படியும் தன் முடிவை ஒத்துக்கொள்ள வேண்டுமென்பதற்காக தாகுர் நன்கு திட்டமிட்டவர் போலப் பேசினார். தொடர்ந்து அவரே பேசினார், "என் முடிவை ஏற்பதில் உங்கள் இருவருக்கும் என்ன தயக்கம்? இந்த நொடியில் நான் இன்னுமொரு முடிவுக்கு வந்துவிட்டேன்." பிரமை பிடித்துத் தெளிவற்று மனக்கலக்கத்தில் நின்ற எல்லோரின் முன்பும் தாகுர் இன்னொரு பூடகத்தையும் உருட்டிவிட்டார்.

"முதலில் இன்னொரு முடிவையும் சொல்லுங்கள். பிறகு என்னுடைய முடிவைச் சொல்லுகிறேன்." என்றார் மாணிக்கம்.

"ஆமாம். இன்னொரு முடிவைத் தெரிந்துகொள்ள நானும் ஆவலாய் இருக்கிறேன். அதைப் பொறுத்து முடிவையெடுக்கலாம். முதலில் நீங்கள் சொல்லுங்கள்." அதையே நாகண்ணாவும் சொன்னார். தாகுரின் முகத்தில் சஞ்சலம் எதுவுமில்லை. தன் முடிவை இருவரும் எவ்விதத்திலும் மாற்றப் போவதில்லை என்ற இறுமாப்போடு இருந்தார். தன் இறுதி முடிவை அறிவிக்கத் தயாரானார்.

"நீங்கள் ஒப்புக் கொண்டாலும் ஒப்புக் கொள்ளாவிட்டாலும் நானே மரணதண்டனையை நிறைவேற்றுவது என்று முடிவெடுத்துவிட்டேன்." சொல்லிவிட்டு இருவரின் கண்களையும் படித்தார். அதிர்ச்சிக்குள்ளாகியிருப்பது தெளிவாகப் புலப்பட்டது. இனியும் தாமதிப்பது தனக்குக் கேடாக முடியும் என நினைத்தார். தண்டனையை நிறைவேற்றும் எண்ணத்தில் சரட்டென வாளை

உருவினார். உருவிய வேகத்தைப் பார்த்த இருவரும், “இதற்கு என்னுடைய சம்மதத்தைத் தெரிவிக்கிறேன்” என்று ஒரே நொடியில் தம் சம்மதத்தைத் தெரிவித்தனர். ஆகாயவெளியில் அந்தச் சொற்கள் மந்திரம் போல அமங்கலமாக ஒலித்தன.

“தாகுர்ஜி, நீங்கள் செய்வது கொலை. அதை ஒருபோதும் அனுமதிக்க மாட்டேன்” என்று முத்தையா தாத்தா ஒரு தலைவனைப் போல முழங்கினார். சேரனுக்குப் பாதுகாப்பாகக் குறுக்கே நின்றார்.

தாகுர் எதிரில் நின்று ஏளனமாகப் பார்த்தார். “இதுதான் தர்மம். குலதர்மம். நீங்கள் விலகுங்கள்” என்றார் தாகுர்.

“எது குலதர்மம்? அப்பாவி மனித உயிரைக் காவு வாங்குவதா?” என்று கேட்டார் தாத்தா.

“வயதில் மூத்தவரான நீங்கள் எப்போதும் நியாயத்தின் பக்கம் நிற்க வேண்டும். குலத்தொழில் இச்சமூகத்தின் வாழ்வாதாரம். குலத்தொழிலைக் காப்பது கடமை. நம் சாதியின் வாழ்வாதாரத்தைக் காப்பாற்றும் பொறுப்பை உணருங்கள். இதைப்போன்ற நிகழ்ச்சிகள் நம்முடைய நாட்டு வரலாற்றில் பல நேரங்களில் சம்பவித்திருக்கின்றன. குலதர்மத்தைக் காக்கத் தோன்றிய அவதாரங்களின் கதைகளைக் கேட்டதில்லையா? மீண்டும் மீண்டும் அவற்றைப் பேசி நேரத்தையும் வார்த்தைகளையும் வீணாக்க விரும்பவில்லை. நீங்கள் விலகுங்கள். இல்லையென்றால், விளைவுகள் வேறுமாதிரியாக இருக்கும்” என்று ஆவேசமாகக் கத்தினார் தாகுர்.

“வேறுமாதிரியான விளைவுகள் என்ன நிகழ்ந்துவிடக்கூடும்? என் உயிரே போவதென்றாலும் விலக மாட்டேன்.”

“அப்படித்தான் உங்கள் உயிர்போக வேண்டுமென்று விரும்பினால் அவ்விருப்பத்தை நானே நிறைவேற்றுகிறேன்.” என்று தாகுர் சொல்லி முடித்த மறுநொடி சலசலப்பு உண்டானது. தாகுரின் கையிலிருந்த வாள் என் கைகளுக்கு மாறியது. இமை சிமிட்டும் நொடியில் தாகுரிடமிருந்து வாளைப் பிடுங்கிக் கொண்டேன். தாகுரும், முத்தையா தாத்தாவும் என்ன நடந்ததென்று புரியாமல் முழித்தனர். எந்தத் திசையிலிருந்து இருவருக்கும் இடையில் புகுந்தேன் என்று சுற்றும் முற்றும் பார்த்தனர். இருள் சூழ்ந்த வெளியில் எதுவும் புலப்படவில்லை. சுற்றியிருந்தவர்களின் உருவங்கள் மட்டுமே தெரிந்தன. சுற்றியிருந்தச் சூழல் கலங்கிய

குட்டையைப் போல இருந்தது. மாணிக்கமும் நாகண்ணாவும் என் திடீர் பிரவேசத்தைப் பார்த்து அதிர்ந்தனர். நாகண்ணா மட்டும் என்னைப் பார்த்து, "ஆனந்த்காரு, உங்களோட காயங்கள் ஆறிவிட்டதா?" என்று கேட்டார். மரியாதை நிரம்பிய சொற்கள். கருணை பொழியும் வார்த்தைகள்.

"என் அன்புக்குரிய அண்ணா, காயங்கள் ஆறிப் பலகாலம் ஆயிற்று. இப்போது உங்களைப் பார்த்ததிலிருந்து, நீங்கள் பேசியதைக் கேட்டதிலிருந்து தழும்புகளிலிருந்துச் சீழ் வழிவது போல நாற்றமெடுக்கிறதுண்ணா" என்று சொன்னேன்.

"தம்முடு, இதில் நீ எதற்குத் தலையிடுகிறாய்?" என்று நாகண்ணா கேட்டார். தங்களின் முடிவுக்கு எதிராகப் பேசுகிறேன் என நாகண்ணாவுக்குப் புரிந்தது.

"நண்பனைக் காப்பாற்ற நான் தலையிடாமல் வேறு யார் தலையிடுவது?"

"சேரன் உன் நண்பனா? இவன் எங்களின் குலவிரோதி"

"உங்களுக்குக் குலவிரோதி. எனக்கு நண்பன்."

"இல்லை, நீ தலையிடாதே. விலகிப் போ. மறுத்தால்..." என்று எச்சரித்தார். "ஏற்கெனவே எங்களில் ஒருவரான முத்தையாவையும் பலிகொடுக்கத் தயாராகிவிட்டோம். நீ தயவுசெய்து விலகிக்கொள்." என்று மேலும் எச்சரித்தார்.

"நீங்கள் என்னைக் கொல்வீர்கள். அவ்வளவுதானே. அப்படியொரு நிலைமை வந்தால்?" என்று பதிலுக்கு எச்சரித்தேன்.

"விலகவில்லையென்றால், இன்னொரு உயிர்ப்பலிக்கும் நாங்கள் தயார். அது நீயாக இருந்தாலும். உனக்காக வாய்ப்புத் தருகிறோம். விலகிக்கொள்."

"தோழனின் உயிரைக் காப்பது என்னுடைய கடமை."

"எங்களிடமிருந்து உன் தோழனைக் காப்பாற்ற முயற்சிக்காதே. எடுத்த முடிவிலிருந்து நாங்கள் மாறப்போவதில்லை. அது சாதாரண முடிவு இல்லை. குலதர்மம் காக்கும் போராட்டம்."

"தர்மத்தைக் காக்க உயிரை எடுப்பது தர்மமாகுமா?"

"தர்மத்தைக் காக்க எடுக்கும் எந்த நடவடிக்கையும் சரியானதுதான்."

“அண்ணா, நீங்கள் இயல்பில் அன்பானவர். யோசித்துப் பேசுங்கள்.”

“அன்பாவது... அண்ணனாவது... இப்போது விலகப் போகிறாயா? இல்லையா?”

“உயிர்ப்பலிதான் நியாயமென்றால் நானும் அதற்குத் தயார். பலியெடுத்துத்தான் தோழனைக் காப்பாற்ற வேண்டுமெனில் உங்களைப் பலியெடுக்கவும் தயங்கமாட்டேன்” என்று நான் பேசியது நாகண்ணாவைப் போல எனக்கும் ஆச்சரியமாகத்தான் இருந்தது.

“உன்னை உயிரோடு விட்டால்தானே” என்று சொல்லி என்மேல் பாய்ந்து வாளைப் பிடுங்க முயற்சி செய்தார் தாகுர். அவரிடம் பறிகொடுத்தால் என்னையும் என் தோழனையும் பலிகொடுக்க நேரிடும் என உள்மனம் ஏற்கனவே எச்சரிக்கை செய்து கொண்டிருந்தது. கீழ்நோக்கியிருந்த வாளைப் பறிக்க தாகுரின் மணிக்கட்டைப் பிடித்துச் சுழற்றி வாளை மேலே இழுத்தேன். நொடிக்குள் வாள் என் கைகளுக்குள் அகப்பட்டுக் கொண்டது. ராஜபுத்திர வம்சத்தின் இலச்சினையைக் கொண்டிருந்த கனத்த வாள் பூமியை நோக்கிக் கீழே இழுத்தது. என் முகத்தில் ரத்தத்துளிகள் தெறித்து விழுந்தன. வாளின் நடுவில் ரத்தம் சொட்டுச் சொட்டாய் வழிந்தது. தாகுரின் தலை துண்டாகித் தூரப்போய் விழுந்தது. தாகுரின் மயிர் குறைந்த இமைகளுக்கு நடுவில் பிரவுன் நிறக் கண்களின் சுழற்சி அடங்கி மேலே இருள்வெளியைப் பார்த்து வெறித்துக் கிடந்தது. தலையில்லா முண்டம் தனியே துடித்தது. சிறிது நேரத்தில் தசைகள் குளிர்ந்து வெளிறிப் போய் இறுகிவிட்டன. “அரசனாகச் சில நிமிடங்கள் வாழ்ந்து என் வாழ்வின் பரிபூரணத்தை அனுபவித்துவிட்டேன்” என்பதுதான் உயிரைவிடும் முன்பு தாகுரின் வாழ்வில் உதிர்த்த கடைசிச் சொற்கள்.

நடந்ததை உணர்ந்த மாணிக்கம் கோபாவேசத்தோடு சேரனை நோக்கிப் பாய்ந்தார். கொலைப்பாய்ச்சலாக இருந்தது. சேரனின் கழுத்து கோழிக்குஞ்சின் கழுத்தைப் போல மாணிக்கத்தின் கைகளுக்குள் வசமாகச் சிக்கிக் கொண்டது. ஒரேயொரு திருகில் சேரனின் தலை துண்டாகிவிடும். வாள் அடுத்து மாணிக்கத்தைக் குறிவைத்தது. கொலைவெறிக் கண்களோடு திரியும் அவரை உயிரோடுவிட்டால் சேரனைக் கொன்றுவிடுவது நிச்சயம். சேரனுக்கு கத்தரி பிடிக்கத்தான் தெரியும். உயிரைக் கொல்லத்

துணியாத மனம் அவனுடையது. தெரியாது என்று சொல்வதைவிட கொலை செய்யக்கூடாது என்பதில் உறுதியாக இருந்தான். புரட்சி என்று பேசுவான். ஆனால், ரத்தம் சிந்துகிற புரட்சிக்கு எப்போதும் ஆதரவு தந்ததில்லை. அடித்தளத்தை மாற்றிப் போடும் சமூகப் புரட்சியில் எந்தவொரு உயிரையும் வதை செய்யும் கொடுமைகள் இருக்கவே கூடாதென்னும் கொள்கையில் பிடிவாதமாக இருந்தான்.

தாகுர் கொலை செய்யப்பட்ட அதிர்ச்சியிலிருந்து மீளாதிருந்த முத்தையா தாத்தா மாணிக்கத்தைக் குறிவைத்ததைப் பார்த்ததும் விக்கித்துப் போனார். "தம்பி, வேணாம்..." என்று அலறினார். என் நெஞ்சின் குறுக்கே கைகளைக் கட்டி இறுக்கப் பிடித்துக் கொண்டார். திமிறிய என்னைத் தடுத்தார், "கொலை செய்றது மாபாதகம். கொலை செய்யிறதுனால எல்லாப் பிரச்சினைகளும் முடிவுக்கு வந்துராது. சொல்றதைக் கேட்டு வாளைக் கீழப் போடு" என்று உரிமையோடு சொன்னார். சேரனைக் காப்பாற்றியது போல மாணிக்கத்தையும் காப்பாற்ற வேண்டுமென்ற உறுதியாயிருந்தார். ஆத்திரத்தின் தூண்டலால் சீறிக் கொண்டிருந்த என்னை மடை மாற்றிட வேண்டுமென்ற தீவிரத்தோடு பேசினார்.

என்னிடமிருந்து விடுவித்துக் கொண்டு மாணிக்கத்தின் முன்னே சென்று இடைமறித்து நின்றார். "தாத்தா, குறுக்க நிக்காதீங்க. நீங்க விலகுங்க." என்று ஆவேசத்தின் உச்சத்தில் கத்தினேன். சேரனைக் காப்பாற்ற வேண்டுமென்ற துடிப்பு. நட்பின் வேர்களில் முளைத்து வளர்ந்த ஆவேசம்.

"விலக முடியாது.." தாத்தாவின் குரல் தீர்க்கமானதாக ஒலித்தது. "யார் செய்தாலும் கொலை கொலையே" என்றார். மீண்டு வரமுடியாத ஆழத்திற்குள், காண முடியாத திசையில் அந்தச் சொற்கள் எங்கோ விழுந்துவிட்டன. மாணிக்கத்துக்குக் குறுக்காகக் கேடயத்தைப் போல முத்தையா தாத்தா நின்றுகொண்டார். சிறிது நேரத்துக்கு முன்னால் சேரனைக் காப்பாற்ற எவ்வாறு முன்னால் நின்றாரோ, அதே மாதிரி மாணிக்கத்தையும் காப்பாற்றக் குறுக்கே நின்றார்.

மாணிக்கத்தின் தலையைத் துண்டாக்கும் ஆவேசத்துடன் நான் வாளை வீசினேன். குறுக்கே விழுந்த முத்தையா தாத்தாவின் தலையைத் துண்டாக்கிவிட்டு மாணிக்கத்தையும் தலை வேறு உடல் வேறாக ஆக்கியது வாள். ஒரு வீச்சில் இரண்டு தலைகள். கனத்த வாள் நிஜமாகவே விசேஷம் நிறைந்ததென்று பட்டது. முத்தையா தாத்தாவின் துண்டான தலையைப் பார்த்ததும் 'பாவம்! ஒரு மனிதன் எத்தனை முறைதான் செத்து மடிவது.' என்று

தோன்றியது. அதுவும் கொடூரமான முறையில் இரண்டாவது முறை செத்து வீழ்ந்தபோது ஆற்றவியலாத வேதனையில் சிக்கித் தவித்தேன்.

தாத்தாவைப் போன்ற மனிதர்கள் உயிரோடிருக்க வேண்டுமென்று மனம் விரும்பியது. நினைத்த நேரத்தில் தனித்துக் கிடந்த தலை உடலோடு சேர்ந்து ஒட்டிக் கொண்டது. ஒன்றன்பின் ஒன்றாகக் கண் முன்னால் மாயங்கள் நிகழ்ந்தன. தாத்தா உயிர் மீண்டுவிட்டது. மகிழ்ச்சிதான். இருப்பினும், தாகுர் மற்றும் பாஷா அண்ணனின் எவ்வளவு முயற்சி செய்தும் உயிர் திரும்பவில்லை. பலியாடுகளாய் தலை துண்டுபட்டு உலக வாழ்வை நீத்தனர். அடுத்தடுத்து இரண்டு மரணங்கள் நிகழ்ந்தன. சாவைப் பற்றிய எண்ணங்கள் மிகுந்த அயர்ச்சியைக் கொடுத்தன. மனிதனாக இருப்பவன் கொலைகளை ரசிக்க முடியாது. கொலையால் நிகழ்ந்த சாவுகள் மனதிற்குள் பெரும் அலைக்கழிப்பை உண்டு பண்ணிற்று. கபால ஓடுகளை யாரோ இடைவிடாமல் தட்டிக் கொண்டேயிருந்தனர். மூளையின் நரம்புகள் ரத்தப் பாய்ச்சலின் வெம்மை தாங்காமல் வீங்கிப் புடைத்தன.

திடீரென்று எனக்குள் அச்சம் உண்டானது. கொலைகள் நடந்தது வாஷிங்டனில். அலுவல் விசயமாக வந்திருக்கும் வெளிநாட்டில் இப்படி நடந்துவிட்டதே என்ற பயம் உதறலைக் கொடுத்தது. தான் ஒருவன் மட்டுமில்லை. நண்பர்கள் அனைவரும் சிக்கலுக்கு ஆளாவார்கள் என்ற எண்ணம் மிகுந்த கவலையைத் தந்தது. வாஷிங்டனை விட்டு யாருக்கும் தெரியாமல் வெளியேறிவிடலாம் என்ற எண்ணத்தில் சம்பவ இடத்திலிருந்து ஓடத்தொடங்கினேன். கால்களின் வேகம் கூடிக் கொண்டே போனது. ஓடி ஓடி உடல் களைத்துச் சோர்வடைந்தது. கால்கள் நடுங்கின. பாளம் பாளமாக வெடித்துப் பிளந்த உதட்டில் வியர்வைத்துளி பட்டதும் கரித்தது. எரிச்சல் தாங்கவில்லை. மனம் பெரும் அழுத்தத்திற்கு உள்ளானது.

தாகுர் எழுந்து வந்தார். நகர்ந்து சென்று நடைபாதையில் காத்திருந்த ஒரு வாடிக்கையாளருக்கு முடிவெட்ட ஆரம்பித்தார். என்னைப் பார்த்துப் புன்னகைத்தார். வறண்டு தகிக்கும் பாலைவனத்துப் பயணத்தில் துளி நீர் கிடைத்த மாதிரி தாகுரின் புன்னகை தித்திப்பாய் இருந்தது.

மாணிக்கம் அண்ணன் சேரனின் தோள்களில் கைபோட்டுக் கொண்டு விடுதியின் மையமான தேக்குத் தோப்பில் சிரிக்கச் சிரிக்கப் பேசிக் கொண்டிருந்தார்.

நாகண்ணா தன் மனைவியின் முகத்திற்கு வண்ணப் பூச்சுக்களால் அழகூட்டிக் கொண்டிருந்தார்.

கொலைகளும் சிரிப்புகளும் மாறிமாறித் தோன்றி மனதைக் குழப்பின. எல்லாக் குழப்பங்களிலிருந்தும் வெளிவந்துவிட வேண்டுமென கடுமையாக முயற்சி செய்தேன். வெளிவர விடாமல் யாரோ ஒருவர் தலையைப் பிடித்துக் கொள்ள இன்னொருவர் தோள்களைப் பற்றி அழுத்தியது மாதிரி இருந்தது. உடலைக் குலுக்கி இருவரையும் உதறிவிட்டு எல்லாவற்றிலுமிருந்து தப்பித்துக் கொள்ள முயற்சித்தேன். ஏதேனும் மறைவிடம் கிடைத்தால் ஒளிந்துகொள்ளலாம். தோதான மறைவிடம் தேடி அங்குமிங்கும் அலைந்தேன். குழப்பம் அதிகமானது. தேடித்தேடி அலைந்து பூமியின் விளிம்பை அடைந்தேன். அங்கிருந்து குதித்து பூமியைவிட்டு வெளியேறிவிடலாமென்று நினைத்தேன். குதிக்க முடியவில்லை. குதித்தாலும் விழவில்லை. குதித்துத் தப்பிக்கும் வாய்ப்பேயில்லை என்பது புரிந்தது. 'நீ, பூமியிலிருந்து தப்பிப் போக முடியாது. பூமியில் கிடைத்த வாழ்க்கையை இங்கு வாழ்ந்துதான் கழிக்க வேண்டும்' என்று முத்தையா தாத்தா கட்டளையிடுகிற தோரணையில் பேசினார். தாகுரின் மாயவாள் முத்தையா தாத்தாவின் கையில் இருந்தது. என்னைக் குறிபார்த்து வீசினார். விமானத்தில் பறந்து கொண்டிருந்த என்னுடைய தலை துண்டானது. முண்டமற்ற தலை வானிலிருந்து பூமியை நோக்கி மிகவேகமாக விழுந்து கொண்டிருந்தது. தலையற்ற கழுத்து நரம்புகளின் துடிப்புகளிலிருந்து எழும் வலியைத் தாங்க முடியாமல் அலறிக் கொண்டு எழுந்தேன்.

★

13

அலறி எழுந்து விழித்ததும் வழக்கம்போல இடமும் வலமும் முன்னும் பின்னும் சுற்றிப் பார்த்தேன். அருகிலிருந்த அனைவரும் பணிப்பெண்களால் பரிமாறப்படும் இரவு உணவைப் பெற்றுக்கொள்வதில் மும்முரமாயிருந்தனர். என்ன நடந்ததென்று மனதிற்குள் நினைவூட்டிப் பார்த்தேன். பிரியத்திற்குரிய சகாக்களான மோகன் தாகுர்ஜி, முத்தையா தாத்தா, குட்டி, நாகண்ணா, மாணிக் பாஷா அண்ணன், சேரன்... மாயவாள்... கொலைவாள்... கொலைகள்... தலையற்ற உடல்கள்... அலறல்...

தெளிவற்ற எண்ணங்களிலிருந்து உருவான பிம்பமாக உருமாறியிருந்தேன். சொப்பனத்தின் பாரம் தாங்க முடியாததாக இருந்தது. கனத்துக் கிடந்த மனதுக்கு ஆசுவாசம் தேவைப்பட்டது. நினைவின் இண்டு இடுக்குகளில் தேங்கிக் கிடக்கும் சிக்குகளைக் களைந்தால் ஒழிய இந்தக் கலக்கம் போகாது. மனம் அமைதி நிலைக்குத் திரும்ப முயன்றது. சுற்றியெழும் மனதுக்கு இதமானப் பேச்சொலிகள். மனிதர்களின் சத்தமும் வாசனையும் மனதைச் சுத்தம் செய்யப் போதுமெனப் பட்டது.

விமானப் பணிப்பெண்கள் இழுத்துச் செல்லும் உணவு வண்டியில் பீங்கான் பிளாஸ்டிக் பொருட்கள் உரசும் மோதிக்கொள்ளும் சப்தத்துக்கிடையில் விமானத்திற்குள் பரபரப்பு தொற்றிக் கொண்டது. பிளாஸ்டிக் கிளாஸில் ஸ்காட்ச், ஒயின் திரவங்கள் ஊற்றப்படும் போது ஊற்றிக் கொடுக்கும் பெண்ணின் முகத்தில் ஆர்ப்பாட்டம் எதுவுமில்லை. அவள் ஓர் எந்திரம்போல ஒவ்வொருவரையும் கேட்டு வேண்டியதை ஊற்றிக் கொடுத்துக் கொண்டிருந்தாள். "தாங்க்யூ" என்று பயணிகள் சொல்லும் போது மட்டும் புன்னகைத்தபடி மெல்ல அழுத்தமாக "வெல்கம் சார்" என்றாள்.

என்னருகே நெருங்கிய விமானப் பணிப்பெண் என்ன வேண்டுமென்று கேட்டாள். "நத்திங். தாங்க்ஸ்" என்று மறுத்ததும்

அடுத்தடுத்த இருக்கைகளை நெருங்கித் தேவையானதைக் கேட்டுப் பரிமாறினாள். களைப்பும் பசியும் கடுமையாக இருந்தாலும் எதையும் உண்ணும் மனநிலையில் இல்லை.

பொதுவாக, குடிக்கக் காத்திருக்கும் முகம் ஆனந்தத்தில் திளைத்திருக்கும். பாட்டிலிலிருந்து கிளாசுக்குத் திரவம் வழியும் ஓசை உடலைப் பரவச நிலைக்குச் சித்தமாக்கும். சாராய நெடி நாசிக்குள் புகுந்து உடலின் ஒவ்வொரு கண்ணிக்கும் போதையை ஏற்றத் துவங்கும். முகம் இதயத்தைக் கைகளில் ஏந்தி நிற்பதைப் போலத் தன்னை உருமாற்றி கனிந்த பார்வையை வீசும். சாவிகொண்டு முடுக்கிவிட்ட மாதிரி பணிப்பெண்ணின் முகத்தில் எந்திரகதியிலான புன்னகையைத் தவிர வேறெந்தச் சலனமுமில்லை. இருக்கையில் அமர்ந்திருந்த சிலரின் முகத்தையும் செய்கைகளையும் நோட்டம்விட்டேன். எனக்கு ஒரு வரிசை முன்னால் செங்குத்தாக மேலிருந்த விளக்கின் வெளிச்சம் பட்டு மினுங்கும் இளஞ்சிவப்புத் தோலின் மினுக்கலில் தெரிந்த ஒருவர் தன் நரைத்த தலைமுடியைக் கோதிவிட்டுக் கொண்டே ஒரு மிடறு பருகினார். அவரின் முகம் தியானத்தில் மூழ்கியிருந்ததைப் போலச் சாந்தமாக அசைவின்றி வெளிறி இருந்தது.

அதற்கும் முன்னாலிருந்த இருக்கையில் அமர்ந்திருந்தவர் இந்தியர். அவரின் முகமும், உடல்வாகும், தலைமுடியும், அதை வாரியிருந்த விதமும் தென்னிந்தியாவைச் சார்ந்தவராகத்தான் இருக்க வேண்டும் என்று சொல்லியது.

விமானப் பணிப்பெண்ணிடம் “விஸ்கி இருக்கிறதா?” என்று கேட்டார். அவர் பேசிய ஆங்கிலம் அவளுக்குப் புரியவில்லை. இரண்டு மூன்று தடவை கேட்ட பிறகு ஸ்காட்ச் விஸ்கியை ஊற்றிக் கொடுத்தாள். கிளாஸ் முழுக்க நீரூற்றி நிரப்பித் தருமாறு கேட்டார். அதுவும் அவளுக்குப் புரியவில்லை. தென்னிந்தியர், “வாட்டர்... வாட்டர்...” என்று சைகையில் காட்டியதும் அவள் சிரித்துக் கொண்டே ஒரு தண்ணீர் பாட்டிலைக் கொடுத்தாள். சங்கேத மொழியே சிறந்தது என்று முடிவெடுத்திருந்தார். நீரால் விஸ்கி கிளாஸின் மீதியை நிரப்பினார். பின்னால் உட்கார்ந்திருந்த இளஞ்சிவப்பு மனிதனின் அமைதியைக் குலைக்கும் வகையில் ஒரு கிளாஸ் முழுவதையும் கவிழ்த்து ஒரே மடக்கில் கடகடவெனக் குடித்துவிட்டு “ம்ஹ.. ம்ஹ..” என்று உறுமினார். குடித்தச் சில நொடிகளில் திரவம் உள்ளுக்குள் செய்த குறுகுறுப்பு கண்களிலும் இதழ்களிலும் தெரிந்தது. இரண்டு கைகளிலும் அடர்ந்திருந்த

மயிரை ஒருமுறை நீவிவிட்டுக் கொண்டார். கிளாஸ் முழுவதையும் கவிழ்த்து ஒரே மடக்கில் கடகடவெனக் குடித்துவிட்டு "ம்ஹ்.. ம்ஹ்.." என்று உறுமி தலையை ஆடு போல உலுப்பினார்.

என் அப்பாவும் இப்படித்தான்.

அப்பா குடிக்கும் அதே ஸ்டைல். விஸ்கி ஊற்றப்பட்ட கிளாஸை நீரால் நிரப்பி முழுவதையும் கவிழ்த்து ஒரே மடக்கில் கடகடவெனக் குடித்துவிட்டு தலையை உலுப்பி "ம்ஹ்.. ம்ஹ்.." என்று உறுமுவார்.

"ஏன்யா இப்படி பண்ற? வாந்தியெடுக்கற மாதிரி அய்யரவா பேய்ச்சத்தம் குடுத்துக்கிட்டே குடிக்குற?" என்று அவர் அப்படிச் செய்யும் போதெல்லாம் செல்வா அண்ணன் இப்படித்தான் அப்பாவைத் திட்டுவார். செல்வா அண்ணன்தான் அப்பாவுக்கு நெருங்கிய நண்பர். செல்வா அண்ணனும் அப்பாவும் மாலையில் தத்தம் வேலையை முடித்துக் கொண்டு குருவிக்காரன் சாலை முனையில் வைகையாற்றங்கரையில் இருக்கும் ஒயின்ஷாப்புக்குத் தவறாமல் வருவார்கள். மாலையில் குடிப்பதுதான் அன்றாட வேலை. இல்லையென்றால் ஆற்றுக்குள் அவர்களுக்கென்று வசதியான இடமாகத் தூங்குமூஞ்சி மரநிழலின் இதம் சூழ்ந்த மேடு இருந்தது. இருவரும் உட்கார்ந்து ரசித்துக் குடிக்க வசதியான இடமாக இருந்தது.

அவர்கள் இருவரையும் போல நானும் செல்வா அண்ணனின் மகன் பாஸ்கரனும் நெருங்கிய நண்பர்களாயிருந்தோம். ஒன்றாம் வகுப்பிலிருந்து ஒரே வகுப்பு. ஆறாம் வகுப்புகூட இருவரும் அண்ணா பேருந்து நிலையத்துக்குப் பக்கத்தில் ஒரே பள்ளியில் சேர்ந்தோம். ஊருக்குள் பெரியவர்கள் எங்களை இரண்டாம் தலைமுறை தலைக்கட்டு என்பார்கள். தந்தைகள் இருவருக்கும் குடிப்பதற்கு வீட்டிலிருந்து கிளாஸும், தண்ணீரும் எடுத்து வருவது, ஆம்லேட் போட்டு வாங்கி வருவது எங்கள் வேலையாக இருக்கும். அதனால் எங்கள் இருவருக்கும் ஒரு ரூபாய் கிடைக்கும். குடித்து முடிந்ததும் காலியாகும் விஸ்கி பாட்டிலைக் கொண்டுபோய் விற்றால் இரண்டு ரூபாய் கிடைக்கும். பங்கு போட்டுக் கொள்வோம். எங்கள் இருவருக்கும் அன்றைய நாளைக்கு நல்ல வருமானம்.

வைகை ஆற்றுக்குள் ஓடுகாலை ஒட்டி கருவேல மரத்துக்குக் கீழிருக்கும் மண்மேடுதான் செல்வா அண்ணன் தொழில் செய்யும் இடம். ஆற்றுக்குள் இருக்கும் தண்ணீர்த்தொட்டிக்கு யார் ஓடுகால்

என்று பெயர் வைத்ததென்று தெரியவில்லை. 'ஓடும் கால்வாய்' சுருங்கி ஓடுகால் என்று எடுத்துக்கொள்ளவும் வாய்ப்பில்லை. ஏனெனில் அது கால்வாயும் இல்லை. ஓடுவதும் இல்லை. ஒரு காலத்தில் வாய்க்காலில் நீர் ஓடின இடமாக இருந்திருக்கலாம். இன்றைக்கு அதே இடத்தில் பம்புசெட்டு மூலம் நீர் பாய்ச்சப்படுகிறது. வைகையில் நீர் என்று ஓடினால் வருடத்திற்கொருமுறை மழைக்காலத்தில் கரைபுரண்டு ஓடும் வெள்ளம் மட்டும்தான். தவிர, கோடைகாலத்தில் சித்திரைத் திருவிழாவின் போது அழகர் ஆற்றில் இறங்கும் உற்சவத்திற்காக வைகை அணையிலிருந்து திறந்து விடப்படும் தண்ணீர். இல்லையென்றால், எப்போதும் ஆற்றின் நடுவில் தேங்கிக்கிடக்கும் நீர். அது ஊரின் சாக்கடையெல்லாம் சேர்ந்து கலந்து நாற்றமெடுக்கும் கிடங்கு. அதனால் ஆழ்துளைக் கிணறு வெட்டி அதிலிருந்து டீசல் பம்புசெட்டு மூலம் நிலத்தடி நீரை இறைத்துத் தொட்டியில் நிரப்பிக் குளிக்கவும் துணிகள் துவைக்கவும் பயன்படுத்துவதற்குப் பேர்தான் ஓடுகால். மதுரை நகரின் வைகையாற்றுக்குள் இதுபோல ஏராளமான ஓடுகால்கள் உண்டு. ஆற்றின் கரையில் குடியிருக்கும் மக்களுக்குக் குளிக்கவும் துணிகள் துவைக்கவும் வீட்டில் வசதிகள் ஏதும் இருப்பதில்லை. ஓடுகால்கள் அவர்களின் அன்றாடத்தேவையை நிறைவேற்றக் கூடிய வசதி மட்டுமல்ல. அப்பகுதி மக்களின் தினசரி காலைநேரம் கழிவது அங்குதான். அதிகாலையில் ஆற்றுக்குள் காலைக்கடன்களை முடித்துக்கொள்ள வேண்டும். ஓடுகாலில் தினசரி செய்தித்தாள்களைப் படித்துவிட்டு ஊர்நியாயம் பேசி முடித்துப் பல்துலக்கிக் குளித்துவிட்டு அவரவர் தொழிலைப் பார்க்கக் கிளம்புவது வாடிக்கை. சுருக்கமாகச் சொன்னால், ஆறுதான் கழிப்பறை. ஓடுகால்தான் குளியலறை.

ஓடுகாலின் அருகிலேயே முடிவெட்டிக் கொள்ளும் வசதி இருந்தது. முடிவெட்ட நினைப்போர் முடிவெட்டிக் கொண்டு சவரம் வேண்டுமானால் செய்துகொள்ளும் வசதியும் ஓடுகால் பக்கத்திலேயே இருப்பது எளிதாக இருந்தது. பொதுவாக, வைகையாற்றில் அமைந்திருந்த எல்லா ஓடுகாலுக்கும் இதே வழக்கம்தான்.

'கரிச்சா மண்டை' செல்வா அண்ணன்தான் ஓடுகால் அருகிலிருக்கும் மரத்தடிக்குச் சொந்தக்காரர். தன் அப்பாவிடமிருந்து வாரிசுரிமையாக எடுத்துக் கொண்ட மரத்தடி அது.

செல்வா அண்ணன் மூன்றே மூன்று விதங்களில்தான் வெட்டுவார்.

சிறுவர்களுக்கு ஒரு மாதிரி. இளவட்டங்களுக்கு இன்னொரு மாதிரி. முதியவர்களுக்கு வேறொரு மாதிரி. தாடை, கன்னம், கழுத்து ஆகிய முடி மறைக்கும் இடங்களையெல்லாம் மழித்து நேர்க்கோட்டில் தெரியும் விதமாகப் பளிச்சென்று ஆக்குவார். வட்டமாகத் தெரியும் முன்வெட்டும், பொடனித் தோல் தெரியும் பின்வெட்டும் செல்வா அண்ணன் வெட்டியது என்று சொல்லாமல் சொல்லும். எல்லா வெட்டுகளும் ஏறத்தாழ ஒரேமாதிரியாக இருக்கும். அதனால், எல்லோருக்கும் 'கரிச்சா மண்டை' செல்வா அண்ணன். ஒட்டிக் கத்திரிக்கப்பட்ட அவருடைய வட்டமான தலைவெட்டும் அப்படித்தான் இருக்கும். அதுதான் அவருக்கு அடைமொழியாகவே அமைந்துவிட்டது. செல்வம், செல்வக்குமார், செல்வராஜ், செல்வப்பாண்டி என எங்கள் ஊரில் பல 'செல்வா அண்ணன்'கள் இருந்தார்கள். தனித்த அடையாளத்துடன் 'கரிச்சா மண்டை' செல்வா அண்ணன் என்று புகழ்பெற்றுவிட்டார்.

தெருவிலிருக்கும் எல்லாச் சிறுவர்களுக்கும் சிகையலங்காரம் செல்வா அண்ணன்தான். எல்லா அப்பாக்களும் பையன்களை அவரிடம்தான் அழைத்து வரவேண்டும். யாருக்கும் அவரிடம் வருவதைத் தவிர வேறு வாய்ப்பில்லை. சிறுவயதில் முடிவெட்டிக்கொள்ள என்னையும் என் தம்பியையும் அவரிடம்தான் அப்பா அழைத்துச் செல்வார். அப்பாவும் செல்வா அண்ணனும் மிக நெருங்கிய நண்பர்கள். வாலிபப் பருவத்தில் கபடி ஆடும்போது இருவரும் எப்போதும் ஒரே அணியில் ஆடுவதால் அவர்களுக்குள் மிக நெருக்கமான நட்பு உண்டாகியிருந்தது. செல்வா அண்ணன் காதல் திருமணம் செய்து கொண்டவர். அவர் காதலித்துக் கொண்டிருந்த சமயத்தில் குடும்பத்தில் எழுந்த கடும் எதிர்ப்பை மீறி எங்கள் அப்பாவும், மற்ற நண்பர்களும்தான் அவருக்குத் திருமணம் செய்துவைத்தார்கள். நட்பின் காரணமாக அவரிடம் முடிவெட்ட வருவதே இயல்பாக இருந்தது. அவரிடம் ஒருமுறை வெட்டிவிட்டால் மீண்டும் அடுத்த இரண்டு மாதத்திற்கு முடிவெட்ட வேண்டிய அவசியமில்லை என்பதுவும் இன்னொரு முதன்மையான காரணமாகும்.

"செல்வா, பள்ளிக்கூடத்துக்குப் போற பசங்க கணக்கா நல்லா ஒட்ட வெட்டிவிடு. கையில புடிக்க முடி இருக்கக்கூடாது" என்று எல்லாருடைய அப்பாவும் ஒரே மாதிரியாகத்தான் சொல்வார்கள். அவ்வாறு யாரும் 'இப்படித்தான் வெட்ட வேண்டும்' என்று சொல்வதற்கு முன்னேயே பக்கத்திலிருக்கும் சின்ன பிளாஸ்டிக் டப்பாவிலிருந்துத் தண்ணீரைக் கையில் அள்ளித் தெளித்து

ஒருபக்கமாய் சீப்பில் வாரிக் கொத்தாய் அள்ளிக் கத்தரியால் வெட்டத் துவங்கிவிடுவார். எல்லோரும் அவருக்கு நன்கு பழக்கமானவர்கள். வாடிக்கையாக எப்படி வெட்ட வேண்டுமென்று கேட்பார்கள் என்பதும் அவருக்குத் தெரியும். அதைவிட முக்கியம், யார் எந்த ஸ்டைலைப் பற்றிச் சொன்னாலும், எவ்வளவுதான் அவருக்குப் புரியும்படி விவரித்துச் சொன்னாலும் கத்திரியும் சீப்பும் கைகளுக்கு வந்துவிட்டால் மூன்று விதங்களில் ஒன்றுதான் முடிவில் முடியும். அதுவும் அந்தத் தெருக்காரர்களுக்குப் பரிச்சயமானதுதான். ஒவ்வொருவரின் மண்டை வடிவமும் வளைவுகளும் வெவ்வேறு வகையாக இருந்ததால் மூன்று வகைகளே விதவிதமான வடிவங்களில் வெளிப்படும். நமக்கு வாய்த்தது நன்றாகவே இருக்கிறது என்று எப்போதும் திருப்தியுடன்தான் செல்வார்கள்.

இளந்தாரிகள் சிலர் அவரிடம் கோபித்துக் கொண்டு மெயின்ரோட்டில் இருக்கும் வேறு கடைகளுக்குச் செல்ல ஆரம்பித்தனர். ஆனால், அதைப் பற்றியெல்லாம் செல்வா அண்ணனுக்கு எந்தப் புகாருமில்லை. துளி வருத்தமுமில்லை. அதற்கு இரண்டு காரணங்கள். ஒன்று, ரோட்டுக்கடை முதலாளி வேறு யாருமில்லை. அவரின் சித்தப்பா மகன்தான். இரண்டு, அந்தத் தெருவுக்கே அவர் ஒருவர்தான் முடிவெட்டக் கூடியவர் என்பதால் எப்போதும் மரத்தடியில் கூட்டம்தான். இருட்டும் முன்பே வேலையை முடித்துக் கொள்ள வேண்டும். பெரும்பாலும் மூன்று மணிக்கு அவரின் கடை முன்பு ஏழெட்டு பேர் திரண்டுவிடுவார்கள். அதற்குப் பிறகு யார் வந்தாலும் அடுத்த நாள் சீக்கிரமே வரச் சொல்லித் திருப்பி அனுப்புவதைத் தவிர வேறு வழியில்லை. அதனால், சிலர் தன் தம்பி கடைக்குப் போவதால் எந்த நட்டமுமில்லை.

கருவேலமரம் நன்றாக அடர்ந்து வளர்ந்து கருநிழலை விரித்துவிட்டிருந்தது. கருவேலம்பூக்கள் விழுவதும் துகள்களாய்ச் சிதறுவதும் தொடர்ந்து கொண்டிருந்தன. நான் முடிவெட்ட வரும் நேரங்களில் அந்தக் கருவேலமரத்தின் பூக்களைக் கைகளில் எடுத்து உருவி ‘ப்பூ...’வென்று ஊதிக் காற்றில் பறக்க விடுவேன். வாழைப்பழ நிறத்தில் காய்கள் கொத்துக் கொத்தாய்த் தொங்கியதை எட்டிப் பிடித்து இழுக்க எவ்வளவு முயற்சி செய்தும் முடியாமல் திணறுவேன். ஒரு முறை அப்படி எட்டிப் பிடிக்க யத்தனித்தபோது தவறுதலாக மோதிரவிரலில் முள் குத்திக் கீறி ரத்தம் வழிந்த காயம் ஆற பலநாட்கள் ஆனது.

முடிவெட்டப் போகும் நேரங்களிலெல்லாம் ஒரு மஞ்சள் ஓணான் கண்களை உருட்டி உருட்டிப் பார்க்கும். அந்த ஓணானுக்கும் எனக்கும் பல மாதங்களாகப் பரிச்சயம். முதன்முதலில் அந்த ஓணானைப் பார்த்தபோது பல்லியைப் போல இருந்தது. துவக்கத்தில் பல்லி என்றுதான் நினைத்தேன். பல்லிக்கும் ஓணானுக்கும் வித்தியாசங்கள் தெரியாமல் அந்த வயதில் குழம்பிக் கொண்டேயிருப்பேன். ஓணான் ஒரு எலியைப் போலப் பருத்துப் பெரியதாக ஆகும் வரைக்கும் எனக்கும் அதற்குமான சந்திப்பு தொடர்ந்து இருந்து வந்தது. சந்திப்பு நிகழும் இடம் செல்வா அண்ணன் உட்கார்ந்திருக்கும் கருவேல மரத்தடிதான். ஆனால் சில மாதங்களாக அந்த ஓணான் வருவதில்லை. மரக்கிளைகளில் தேடிப் பார்த்தும் காணக்கிடைக்கவில்லை. அதற்குப் பிறகு அது எப்போதும் வரவேயில்லை. சில நாட்கள் கழித்து எனக்கும் அது நினைவிலிருந்து முற்றிலுமாக மறைந்து போனது.

ஒருபக்கம் கருவேல மரக்கிளை ஒன்றில் தொங்கவிடப்பட்ட ரேடியோவில் இலங்கை வானொலி தமிழ்த் திரைப்படப் பாடல்களை நாள்தோறும் ஒலிபரப்பிக் கொண்டிருக்கும். செல்வா அண்ணனின் களைப்பைப் போக்கும் அருமருந்து அதுதான். முடிவெட்டக் காத்திருப்பவர்களின் நேரத்தை இன்பமயமாய்க் கழிக்க உதவுவதும் அதுதான். இன்னொரு பக்கம் உள்ளூர் அரசியலில் மாநகராட்சி மாமன்ற உறுப்பினர் செய்யும் அட்டூழியங்களையும் மாறிமாறி வரும் பிரதமர்களால் தேசிய அரசியலில் நிலைத்தத் தன்மை இல்லையென்றும் விவாதித்தும் சண்டை போட்டுக் கொண்டும் விமர்சனம் செய்து கொண்டிருந்தார்கள். "சிரிக்கத் தெரியாத பிரதமர் ஆளவே தெரியாமல் ஆண்டு கொண்டிருக்கிறார்" என்று ஒரு குழு விமர்சிக்கும். இன்னொரு குழுவினர் "எங்க பிரதமர் சிரிக்காம இருக்கலாம். அவரை மாதிரி யார் இந்த நாட்டுல தைரியமா பொருளாதாரப் பிரச்சினைகளைக் கையாண்டது. சொல்லு பார்க்கலாம்" என்று விமர்சகர்களுக்கு எதிர்க் கேள்விகளை வீசி வாதம் செய்து கொண்டிருந்தார்கள்.

மதியநேரத்தில் முடிவெட்டிக் கொண்டிருக்கும் போது வெட்டப்பட்ட மயிர்கள் கற்றைக்கற்றையாக வெறும் உடம்பில் பட்டு எரிச்சலெடுக்கும் சமயங்களில் மரத்திலிருந்து சிந்தும் பூக்களும் சிதறி நசநசப்பை உண்டாக்கும். நாங்கள் உட்கார்வதற்கென அவர் முன்னால் விரிக்கப்பட்டிருக்கும் அரிசிமூட்டைச் சாக்கும் கூடுதல் அரிப்பைத் தரும். அரிப்பில் நெளிந்தபடி இருப்பேன்.

"தம்பி, அசையாம இரு. எடக்கு மடக்கா திரும்பினா எங்கயாவது பட்டுரும்." அவர் கொடுக்கும் எச்சரிக்கைக்குப் பிறகு வேலை முடியும் வரை ஆடாமல் அசையாமல் இருப்பதால் கழுத்து வலி பின்னியெடுக்கும். கண் பாவைகள் மட்டும் வலமும் இடமும் மேலும் கீழும் சுழன்றபடி இருக்கும். 'எப்படா இது முடியும்?' என்றிருக்கும். முரண்டு பிடிக்கும்போது மட்டும் அப்பா என் தலையை இரண்டு கைகளாலும் அசையாமல் இருக்குமாறு பிடித்துக்கொள்வார். முடிந்து எழும்போது அப்படியே ஓடுகாலுக்கு இழுத்துப்போய் குளிப்பாட்டிவிடுவார்.

என் தம்பியைப் பற்றிச் சொல்ல வேண்டும். முடிவெட்டப் போகிறோம் என்று தெரிந்துவிட்டாலே அழுகையைத் தொடங்கி விடுவான். "அப்பா... வேணாம்ப்பா... எனக்கு முடி வெட்டாதப்பா..." என்று கத்த ஆரம்பித்துக் கதறத் துவங்குவான். மண்ணில் விழுந்து புரண்டு தரையைக் கால்களால் உதைத்துப் புழுதி கிளப்பி முடிவெட்ட வருவதற்கு மறுப்பான். அவனை இழுத்து வருவதிலிருந்து செல்வா அண்ணன் முன்பு உட்கார வைத்து முடியை வெட்டி முடிப்பதற்குள் மூக்கு ஒழுகும். வாயில் எச்சில் வடியும். பெரும் விபத்து நடந்தது மாதிரி அழுது அரற்றிக் கத்தித் தீர்ப்பான். "சரிடா... சரிடா... இந்தா... முடிஞ்சுரும். கொஞ்சம்தான். இந்தா... அவ்வளவுதான். கொஞ்சம் பொறுத்துக்கோ..." என்று பலவாறு அவனை ராசி செய்து செல்வா அண்ணன் முடிவெட்டினாலும் கடைசியில் சவரக்கத்தியை எடுத்து மழிக்கும் போது எரிச்சலில் துள்ளிக் குதிப்பான். ஆரம்பத்திலிருந்து இறுதிவரை அப்பா தன் மடியில் உட்கார வைத்து அவனைப் பிடித்துக்கொள்வார். ஒவ்வொரு முறையும் கடைசியில் கத்திவெட்டுப் படாமல் அவனுக்கு முடிவெட்ட முடிந்ததில்லை.

நானும் கூட இரண்டு வருடங்கள் முன்பு வரை இப்படித்தான். அப்பா மடியில் உட்கார வைத்துப் பிடித்துக்கொள்ள செல்வா அண்ணன் மிகக் கவனமாக முடிவெட்டி முடிப்பார். குனிந்து தீவிரமாக முடிவெட்டும் அவரிடமிருந்து வரும் நாற்றம் சாராய வாடைதான் என்பதை எளிதில் கண்டுபிடிப்பேன். அது எனக்குப் பழக்கமான ஒன்றுதான். அப்பாவின் நாசியிலிருந்து வரும் அதே வாடை. முதுகுக்குப் பின்னாலிருந்தும் முகத்துக்கு முன்னாலிருந்தும் இரண்டு பேரிடமிருந்தும் தொடர்ந்து வீசும் நாற்றத்துக்கு மத்தியில் நான் முடிவெட்டிக்கொள்ள வேண்டும். ஒவ்வொரு முறையும் தேம்பித் தேம்பி அழுது முரண்டு செய்வேன். நான் மாத்திரமில்லை. என்னைப் போன்ற சிறுவர்கள் பெரும்பாலும் அப்படித்தான்.

அழுது ஆர்ப்பாட்டம் செய்வார்கள். தண்ணீர் தெளிக்கும்போது உண்டாகும் சுகம் மெல்லத் தணிந்து வெட்டப்பட்ட மயிர்கள் மேனியில் பட்டதும் ஏற்படும் அரிப்பும், கத்தி உண்டாக்கும் எரிச்சலும் அழுகையைக் கட்டுப்படுத்த முடியாமல் செய்துவிடும்.

எங்கள் சித்தப்பா மகன் "நான் எங்க முடிவெட்டுனேன் சொல்லு பாக்கலாம்?" என்று எங்களை எகத்தாளமாகப் பார்த்துக் கேட்டான்.

"எங்கடா வெட்டுன?" என்று நான் தெனாவட்டாகக் கேட்டேன்.

"ரோட்டுக் கடையில" என்று பெருமையாகச் சொன்னான்.

"ரோட்டுக் கடையில வெட்டுறவரு. நம்ம செல்வா அண்ணன் தம்பிதான். செல்வா அண்ணன்கிட்டதான் அவரு வெட்டவே கத்துக்கிட்டாரு தெரியுமுல்ல. செல்வா அண்ணன்தான் சூப்பரா வெட்டுவாரு" என்றேன்.

"ரோட்டுக் கடையில சேர் இருக்கு தெரியுமா. அது அப்படியே அங்கிட்டும் இங்கிட்டும் சுத்தும். எனக்கு ஒரு மரப்பலகை போட்டு அதுல ஒக்கார வச்சு வெட்டுனாங்க. செல்வா அண்ணன் மாதிரி அந்த அண்ணன் கீழ ஒக்கார வக்க மாட்டாரு"

"டேய், கீழ ஒக்காந்தா என்ன. சேர்ல ஒக்காந்தா என்ன. செல்வா அண்ணன் மாதிரியெல்லாம் அவருனால முடிவெட்ட முடியாது."

"பாட்டில் தண்ணியத் தலைக்குப் பீச்சி அடிச்சு விட்டாங்க. அப்படியே ச்சில்லுன்னு... சூ...ப்பரா இருந்துச்சு."

"எனக்குத் தெரியும். நான் பாத்துருக்கேன். ஆனா அது ஒடம்பு மேலயெல்லாம் பட்டுக் குளுரும்."

"இல்லடா. அவங்க என் கழுத்தைச் சுத்தி ஒரு வெள்ளைத்துணியைக் கட்டி விட்டுட்டாங்க. என் மேல தண்ணியும் படல. வெட்டுன முடியும் விளவே இல்ல. கடைசியா பவுடர் அடிச்சுவிட்டாங்க" என்று பெருமை பொங்க ரோட்டுக்கடையின் அற்புதங்களை விவரித்தான்.

எங்கள் சித்தப்பா ரோட்டுக் கடைக்கு முடிவெட்டுவதற்காகச் சென்ற போது தன் மகனையும் அழைத்துச் சென்றார். அதற்கடுத்த மாதத்திலிருந்தே மறுபடியும் செல்வா அண்ணனிடமே அழைத்து வந்துவிட்டார். சுழலும் நாற்காலியில் உட்கார்ந்து முடிவெட்டிக் கொள்ளச் சிறுவர்களுக்கு இருபது ரூபாய் செலவழிக்க யாரும் நினைத்துக் கூடப் பார்ப்பதில்லை. செல்வா அண்ணனிடம்

வந்தால் பத்து ரூபாயில் முடிய வேண்டிய காரியம் அது என்று விசனப்படுவார்கள். “அங்க கொஞ்சம் இங்க கொஞ்சம் வளந்து நிக்குற பிசிரு மயிர வெட்டறதுக்கு எதுக்குயா இருவது ரூபா?” என்று சித்தப்பா செல்வா அண்ணனிடம் புகார் சொல்லிக் கொண்டிருந்தார். நான் அப்பாவுக்குப் பின்னால் நின்றுகொண்டு சித்தப்பா மகனைப் பார்த்துக் கெக்கலி காட்டிக் கொண்டிருந்தேன். என்னைப் பார்க்காத மாதிரி அவன் வேறுபக்கம் முகம் திருப்பிக் கொண்டான்.

கரிச்சா மண்டை செல்வா அண்ணன் எனக்கு நினைவில் இருக்கக் காரணம் அப்பாவுக்கு நண்பர் என்பதால் மட்டுமில்லை. அவர் என் வகுப்புத் தோழனின் தந்தை என்பதுதான் முதன்மைக் காரணம். என் வகுப்புத் தோழன் பாஸ்கரனின் வீட்டுக்கு மாலையில் படிக்கச் செல்வேன். செல்வா அண்ணன் தினமும் மாலையில் பாஸ்கருக்குத் தவறாமல் தின்பண்டங்கள் வாங்கி வருவார். மாலையில் படிக்கச் செல்லும் போதெல்லாம் நானும் அங்கிருப்பேன். எனக்கும் தின்னக் கொடுப்பார். சட்னி வைத்த பஜ்ஜி, உளுந்தவடை, மிக்சர், காராசேவு என்று வாங்கி வரும் செல்வா அண்ணன் அவ்வப்போது சால்னா ஊற்றிய புரோட்டாவும் வாங்கி வருவார். புரோட்டாவில் சால்னா ஊற்றித் தின்பதைவிடச் சால்னாவில் ஊறிய புரோட்டா தின்பதற்கு மிக ருசியாக இருக்கும். செல்வா அண்ணன் தினமும் சரக்கேற்றிக் கொண்டுதான் வீட்டுக்கு வருவார். வாங்கி வந்த தின்பண்டங்களைப் பிரித்துக் கொடுத்து அவர் கண்முன்னாலேயே தின்னச் சொல்லி வற்புறுத்துவார்.

“அப்பா வாங்கிட்டு வந்துருக்கேன் சாமி. அப்புறம் படிச்சுக்கலாம். இப்பவே தின்னு சாமி.” என்று புத்தகப்பையைத் தூக்கி ஓரத்தில் வைத்துவிட்டு பாஸ்கரைத் தின்னச் சொல்லிக் கெஞ்சுவார்.

“நீயும் சாப்பிடு தம்பி. இந்தா...” என்று என் பக்கமும் ஒரு பொட்டலத்தைப் பிரித்து வைப்பார். ‘அவரே என்னுடைய அப்பாவாக இருந்தால் எப்படி இருக்கும்’ என்று பலமுறை எனக்கு நானே நினைத்துக்கொள்வேன்.

நானும், பாஸ்கரனும் பத்தாம் வகுப்பு படிக்கும் வரை இணைபிரியா நண்பர்களாக இருந்தோம். பதினொன்றாம் வகுப்பில் வெவ்வேறு குரூப்பில் சேர்ந்த பிறகு எங்கள் நட்பின் இறுக்கம் மெல்ல மெல்லக் குறைந்து போனது.

★

14

செல்வா அண்ணன், முத்தையா தாத்தா என்று மூழ்கிய நினைவுகளிலிருந்து தடம் மாறி வேறொரு நினைவில் மூழ்கலாமென்று முயற்சித்தேன். மனம் அவ்வளவு எளிதில் அவற்றிலிருந்து வெளிவருவதாக இல்லை. கண்ணெரிச்சல் அதிகமாக இருந்தது. உதடுகளைச் சுழித்தவாறு கண்ணெரிச்சலைப் போக்க முயற்சித்தேன். கண்கள் ஓரிடத்தில் அசையாமல் இருந்தாலும் மனம் ஓயாத அலைக்கழிப்பில் அங்குமிங்கும் தள்ளாடியது. இடதுபக்க இருக்கையிலிருந்த ஒரு சிறுவனை அவனுடைய அம்மாவுக்குத் தெரியாமல் கொஞ்சிக்கொண்டே திரும்பினேன்.

“எக்ஸ்க்யூஸ் மி” என்றொரு சத்தம் கேட்டு நிமிர்ந்து பார்த்தேன். எதிரில் நின்றவள் பார்ப்பதற்கு கேதரின் மாதிரியே இருந்தாள். அதே உயரம். அதே நிறம். முகத்தைவிட்டு அகலாத புன்சிரிப்பு. சிரிக்கும் போது தெரியும் இளமஞ்சள் கறை படிந்த பற்கள் கூட அதே மாதிரி நிலவின் பிறைத் துண்டைப் போல அரைவட்டத்தில் நட்டு வைத்த மாதிரி இருந்தன. கேதரின் பற்றிய நினைவு நொடியில் சட்டென வரக்கூடியதுதான். அவ்வளவு சிநேகத்தைக் கடத்திவிட்டுப் போயிருக்கிறாள். பிரிந்திருக்கும் உணர்வே எழாதவாறு எப்போதும் அருகிலேயே இருப்பது போல உணர்வேன். நினைவிலிருந்து எளிதில் அகல முடியாத மாதிரியான தாக்கத்தை உண்டாக்கியிருப்பவள்.

எதிரில் இருப்பவளிடம் கேதரினிடமிருக்கும் ஏதோ ஒன்று மாத்திரம் தவறுகிறது. யோசித்துப் பார்க்கிறேன். நினைவின் ஆழத்திற்குள் மூழ்கமூழ்க விழித்திருக்கும் கணத்தில் தவறவிட்ட எல்லாமும் கிடைத்துவிடுகிறது. கேதரின் முகத்தில் நிழலாடும் அறிவின் முதிர்ச்சி யாருக்கும் வாய்க்காத முகலட்சணம். எந்தச் சிக்கலையும் எதிர்கொள்ளும் துணிவுள்ளவள் என்பதை அவள் முகமும் உடல்மொழியும் சொல்லிவிடும். சாந்தமும், கனிவும்,

ஞானமும் கலந்து குழைந்து துலங்கும். அவ்வளவு எளிதில் யாருக்கும் வாய்க்காத பிரகாசமான முகம். அவள் பேசும் ஒவ்வொரு சொல்லும் முகக்குறிகளில் தெரியும் அறிவுக்களைக்கு ஒத்திசைவோடு இருக்கும். தென் அமெரிக்க நாட்டின் அரசாங்க பள்ளிக்கூடங்கள், கல்லூரியில் படித்துத் தேறியவள்தான். எங்கிருந்து இத்தனை ஞானம் வந்தது என்று அவளின் உயரதிகாரிகளும், நண்பர்களும் வியப்பார்கள். கேதரின் பற்றிப் பேசும் யாரும் உதிர்க்கும் வார்த்தைகள் இவைதான், "த டெர்ரிஃபிக் லேடி".

ஆச்சரியமான விசயம் என்னவெனில் கேதரின் இதைப் பற்றியெல்லாம் சற்றும் அலட்டிக்கொள்ளாததுதான். "இப்போது நான் என்ன பேசிவிட்டேன்" என்று அறியாத பிள்ளையைப் போலக் கேட்பாள். 'என்ன சொல்வது?' என்று வியந்து பார்த்துக் கொண்டிருக்கும் சமயத்தில் அவளே முதுகில் தட்டி, "கம் ஆன் மேன்" என்று சொல்லி வியப்பைச் சாதாரணமாக்கிவிட்டு அடுத்த வேலையைப் பார்க்க நகர்ந்துவிடுவாள். அவளிடமிருந்து நிறைய கற்றுக்கொள்ள வேண்டுமென்பதுதான் சக தோழர்களான எங்களுக்கு சீனியர்கள் தரும் ஆலோசனை. அவள் எல்லோருக்கும் இனிமையான தோழியாக இருந்தாள். கேதரின் நிச்சயம் உயர்ந்த இடத்தை அடைவாள் என்று எல்லோரும் சொல்லிக் கொண்டிருந்தது போலவே நடந்தது. கேதரினைப் பார்த்துச் சில வருடங்கள் கழிந்திருந்தன. எங்கள் கம்பெனியில் அவள் தலைமையில் நடந்த அந்தத் திட்டப்பணிகள் முடிந்தவுடனேயே விலகிக் கொண்டாள். அப்போதிருந்து அவளைப் பார்க்கும் வாய்ப்பும் நேரமும் அமையவில்லை. என்ன நேரத்தில் எந்த நாட்டில் யாரோடு மீட்டிங்கில் இருப்பாளோ தெரியாது. உலகின் எல்லா மண்ணுக்கும் வெவ்வேறு பருவநிலைகளுக்கும், உணவுக்கும் பழகிப்போன மனம் அவளுடையது. நிஜமாகவே ஒரு குளோபல் சிட்டிசனாக வாழ்ந்து வந்தாள்.

கேதரின் ஒரு பன்னாட்டு கம்பெனியின் தலைமைச் செயல் அதிகாரியாகத் தேர்ந்தெடுக்கப்பட்டது எனக்குப் பல நாட்கள் கழித்துத்தான் தெரிய வந்தது. உலகம் முழுவதுமுள்ள இளம் வயது சிஇஓக்களில் ஒருவராக அவளும் பட்டியலில் சேர்ந்து கொண்டாள். இந்தியாவில் மட்டுமில்லாமல் உலகின் முக்கியமான வணிகம் சார்ந்த இதழ்களும் அவளின் நியமனத்தைச் செய்தியாக வெளியிட்டிருந்தன. வெறும் செய்தியாகவே இல்லாமல் கேதரினின் முழு விவரங்களையும் வெளியிட்டிருந்தனர். சில இதழ்கள்

கேதரினின் நேர்காணலையும் வெளியிட்டு அவளின் திறமைகளைப் பாராட்டி எழுதியிருந்தன. கம்பெனியின் வியாபாரம் பெருக அவளுக்குத் தந்திருந்த முழுச் சுதந்திரத்தையும் பயன்படுத்தி அவளுக்கு உகந்தது மாதிரியான முக்கிய குழுவை உருவாக்கத் தொடங்கியதையும் பிறகுதான் அறிந்து கொண்டேன். குழுவில் நானும் ஒருவனாக நல்ல பதவியும், வெளியில் பகிர்ந்துவிடக் கூடாத சம்பளமும் கொடுத்து சேர்த்துக் கொள்ளப்படுவேன் என்பதையும் எதிர்பார்க்கவில்லை. ஏதோவொரு தருணத்தில் அவளின் நம்பிக்கையைச் சம்பாதித்தவனாக இருந்தேன் என்பதில் எனக்குள் துளிர்த்த மகிழ்ச்சியை வெளியில் காட்டிக்கொள்ளாமல் மறைக்கச் சிரமப்பட்டேன்.

கேதரின் தொலைபேசியில் பேசினாள். மின்னஞ்சலில் என்னுடைய விவரங்களை அனுப்பச் சொன்னாள். பதிலுடன் நியமன ஆணையும் மின்னஞ்சலிலேயே வந்தது. கம்பெனியில் சேர்வதற்காக நியூயார்க் கிளம்பினேன். நிரந்தரமாக அமெரிக்காவில் தங்கிப் பணிசெய்யும் வாய்ப்பு. எத்தனை நாள் கனவு! கம்பெனிக்குள் நுழைந்ததுமே கேதரினைச் சந்திக்கச் சென்றேன். தோழி என்றாலும் நன்றி சொல்லாமல் இருக்க முடியுமா? கூடுதலாக, இப்போது அவள் என்னுடைய பாஸ். நானே போய்ச் சென்று பார்ப்பதுதான் மரியாதை.

'தலைமைச் செயல் அதிகாரி' என ஆங்கிலத்தில் எழுதப்பட்டிருந்த கண்ணாடிக் கதவைத் தள்ளிக் கொண்டு உள்ளே நுழைந்தேன். நுழைந்ததும் எதிரில் தலைமைச் செயல் அதிகாரியாக யாரோ உட்கார்ந்திருந்தார். வேறு யாரோ உட்கார்ந்திருப்பது போல தெரிந்ததும் மன்னிப்பு கேட்டுவிட்டுக் கையில் தாங்கியிருந்த கதவை விட்டுவிட்டு வெளியில் வந்தேன்.

"ஆனந்த்... உள்ளே வாங்க..." கதவு முழுசாக மூடுவதற்கு முன்பாகவே ஒரு குரல் வந்தது. எனக்கு ஒரே குழப்பமாக இருந்தது. மீண்டும் கண்ணாடிக் கதவைத் தள்ளிக் கொண்டு தலையை உள்ளே நீட்டிப் பார்த்தேன். கொஞ்சம் உற்றுக் கவனித்ததும் உட்கார்ந்திருந்தது கேதரின்தான் என்பது தெளிவானது. எதிரில் இருந்தது அவள்தான். உருவத்திலும் உடையிலும் சின்ன மாற்றம் தெரிந்தது. குரலிலும்கூட வித்தியாசம் தெரிந்தது. ஒரு நிறுவனத்தின் தலைமைப் பொறுப்பை ஏற்றதும் உண்டான மிடுக்கான மாற்றமாகவும் இருக்கலாம் என்று நினைத்தேன். திரும்பத் திரும்ப எத்தனை முறை பார்த்தாலும் அதே கேதரின்தான்.

உள்ளே சென்று அவள் எதிரிலிருந்த இருக்கை ஒன்றில் உட்கார்ந்து 'ஹாய்...' என்றேன். என் குரல் கையிலிருந்த வெண்ணெய்யைப் போல் நழுவி விழுந்தது. என் முகத்தில் தென்பட்ட குழப்பங்களை உணர்ந்தவளாக அவளே பேச்சைத் தொடங்கினாள்.

"எப்படி இருக்குற ஆனந்த்? ஊர்ல எல்லோரும் சௌக்கியமா?" ஆங்கிலத்தில் சடங்குத்தனமான கேள்விகளைக் கேட்டாள்.

"ம்... எல்லாரும் நல்லா இருக்காங்க." என் தொண்டை எதையோ மென்று விழுங்க முடியாமல் தவித்தது.

"வேலையில் சேர்ந்ததற்கான சம்பிராதயங்கள் எல்லாம் முடிந்துவிட்டதா?"

"ம்... முடிஞ்சுருச்சு."

"என்ன அப்படி பார்க்குற?"

"இல்லை..." என்று தயங்கி மெல்லச் சொன்னேன், "உங்ககிட்ட ஏதோவொரு மாற்றம் தெரியுது. ஆனா என்ன மாற்றம்னு என்னால சரியா ஊகிக்க முடியலை." கேதரின் அந்நியமாகத் தெரிந்தாள். பல மாதங்கள் கழித்துச் சந்திக்கிறேன் என்பதோ, என்னுடைய உயரதிகாரி என்பதோ அதற்கான காரணமில்லை. தன்னை ஏதோவொரு விதத்தில் அந்நியமாக உணர வைத்துவிட்டாள் என்பதைத் தவிர வேறெதையும் எனக்குத் தெளிவாகச் சொல்லத் தெரியவில்லை.

"யெஸ்." அவளின் பளபளப்பு குன்றிய இதழ்கள் பிரிந்து அந்தச் சொல் அழுத்தமாகத் தெறித்து வந்தது. சொல்லிவிட்டுக் கண்ணடித்தாள். முன்பைவிட மெலிந்த உடல். மிகவும் தீவிரமாக உடற்பயிற்சி செய்வதையும் உணவுக்கட்டுப்பாட்டையும் விரும்பாதவள். மலைமுகடுகளை மூடிய மேகங்கள் விலகுவது போல அப்போதுதான் எனக்குள் தேங்கியிருந்த குழப்பங்கள் ஒவ்வொன்றாக விலகின. மாங்கனிகள் மாதிரியிருந்த அவளின் மார்பகங்கள் மாம்பிஞ்சைப் போலச் சூம்பியிருந்ததற்கான காரணம் துலக்கமானது. மேலுதட்டில் அரும்பியிருந்த மெல்லிசான ரோமங்களை அப்படியே விட்டிருந்தாள். முகத்தில் எப்போதும் மலரும் அவளின் பழைய புன்சிரிப்பு இப்போதுதான் முகத்தில் அரும்ப, 'கேதரினோடுதான் பேசிக் கொண்டிருக்கிறோம்' என்ற உணர்வைத் தந்தது. அவளின் பக்கத்தில் அமர்ந்து உரையாடும் பழைய நட்பின் வாசனை கொஞ்சம் கொஞ்சமாக அறையை நிரப்பியது.

"ஓகே ஆனந்த். இன்று மாலை விருந்தில் சந்திக்கலாம்" என்றாள்.

"முதல் நாளே விருந்தா?"

"உங்களுக்கு முதல் நாள். ஒரு ஐஸ் பிரேக்கிங் என்று வைத்துக்கொள்ளுங்களேன்."

"ஓஹோ. நல்லது. தவறாமல் வந்துவிடுகிறேன்."

"விருந்தில் நீங்கள் நம்முடைய தலைவர் உள்ளிட்ட மற்ற எல்லா முக்கியமான நபர்களையும் சந்திக்கலாம். இப்போது நீங்கள் போய் உங்கள் குழு உறுப்பினர்களைச் சந்தித்துவிட்டு வேலையைத் தொடங்கலாம்."

மாலை விருந்து நடந்த அரங்கிற்குள் நுழைந்த சமயம் மிக ஆடம்பரமாக அலங்கரிக்கப்பட்டிருந்ததை உணர்ந்தேன். விளக்குகளின் வெளிச்சம் அரங்கிற்குப் புதுப் பொலிவையும் மினுமினுப்பையும் கொடுத்திருந்தது. வட்ட வட்டமாகப் போடப்பட்டிருந்த மேசைகளையும் சுற்றியிருந்த இருக்கைகளையும் பல தேசத்து மனிதர்களும் பலவகை உணவுகளும் ஆக்கிரமித்திருந்தன. மேடையில் கச்சேரிக் குழுவினர் வாசித்த இசைக்கு மேடைக்கு முன்னால் காலியாகக் கிடந்த நடனத் தளத்தில் எல்லோரும் மெல்ல நடனமாடிக் கொண்டிருந்தனர். நடனம் ரசிக்கும்படியாக இல்லை. துண்டுத் துண்டாகச் சிதறிய நடன அசைவுகள் ஒழுங்குமுறையின்றி இசையோடு ஒத்திசையாமல் மெல்ல அசைவதும் குதிப்பதும் வளைவதும் நெளிப்பதுமாக இருந்தன.

கேதரின் வெல்வெட் துணி மாதிரி பளபளத்த கோட் சூட் போட்டிருந்தாள். நான் உள்ளே நுழைந்து ஒரு மேசையை நோக்கிச் செல்வதைப் பார்த்த கேதரின் கையை அசைத்து அழைத்தாள்.

அவளருகில் சென்று, "ஹாய்... மாலை வணக்கம்." என்றேன்.

"மாலை வணக்கம். மீட் இசபெல்லா. மை பார்ட்னர்" என்று பக்கத்திலிருந்த பெண் ஒருத்தியை அறிமுகப்படுத்தினாள். நானும் வணக்கம் சொல்லி அவளிடம் கைகுலுக்கினேன். என்னையும் அறிமுகப்படுத்திக் கொண்டேன். நிறுவனத் தலைவர் உள்ளிட்ட மற்றவர்களையும் அறிமுகப்படுத்தினாள். எல்லோருக்கும் புன்முறுவலைப் பதிலாக அளித்து என் பெயரை ஒவ்வொருவரிடமும் சொல்லி அறிமுகப்படுத்திக் கொண்டேன். அறிமுகப் படலம் முடிந்ததும் எல்லோரும் முன்னால் கிடந்த மேசையைச் சுற்றி உட்கார்ந்தோம்.

“ஹாய் கேதரின். ஒரு சின்ன சந்தேகம்...” என்று தயங்கினேன்.

“என்ன சந்தேகம். கேள்.” என்றாள்.

பக்கத்தில் உட்கார்ந்திருந்த பெண்ணைக் காட்டி, “அவளை உன்னுடைய பார்ட்னர் என்றுதானே சொன்னாய்?” என்று கேட்டேன்.

“ஆமாம். ஷி இஸ் மை பார்ட்னர்.” என்று சொல்லி ‘அதனாலென்ன?’ என்பதைப் போலப் புருவத்தை உயர்த்திக் கேட்டாள்.

“பார்ட்னர்னா? கல்யாணம் செஞ்சுக்கிட்டீங்களா?”

“இன்னும் இல்லை. ஏன் கல்யாணம் செஞ்சுக்கிட்டாத்தான் வாழ்க்கைத்துணையா இருக்கணுமா? உன்னோட வாழ்க்கைத் துணையா யாராவது பாதுகாப்பா இருந்தா போதும். இன்னும் சிம்பிளா சொல்லனும்னா உன்னோட வாழ்க்கையில துணையா யாராவது இருக்குற மாதிரி ஒரு ஃபீல் குடுத்தாலே போதும். அவங்கதான் உன்னோட பார்ட்னர். ஹேய் மேன் கூல்...” என்று என்னை முதுகில் தட்டினாள். பழைய கேதரின் என் முன்னால் சிரித்த முகத்துடன் உட்கார்ந்திருந்தாள்.

“அப்படின்னா நீங்க ரெண்டு பேரும் லெஸ்பியனா?”

“நோ.”

“அப்போ இந்த உறவுக்கு வேற என்ன பெயர்?”

“ஒரு ஆணுக்கும் பெண்ணுக்குமான உறவுக்கு என்ன பெயர் வைச்சுக் கூப்புடுறீங்க.”

“ஆண்-பெண் உறவுன்னுதான் கூப்பிடுவோம்.”

“நான் திருநம்பி. இசபெல்லா பெண். திருநம்பி-பெண் உறவுன்னு கூப்பிடு. சிம்பிள்” என்று சொல்லிவிட்டுக் கலகலவெனச் சிரித்தாள். “உனக்கு நான் திருநம்பியா மாறுன விசயம் தெரியாதா?”

“ஓ! அப்படியா விசயம். அதனாலதான் காலையில உன்னையப் பார்க்கும் போது நெறைய மாற்றங்கள் தெரிஞ்சதா?”

“ஹேய்... என்ன மாற்றங்கள் தெரியணும். நான் மேன்லியா ஃபீல் பண்ண ஆரம்பிச்சேன். உடனே திருநம்பியா மாறிட்டேன். கொஞ்சநாள் கழிச்சு ஒரு பொண்ணு கூட இருக்கணும்னு தோணுச்சு. ஒருநாள் இசபெல்லாவைப் பார்த்த உடனே காதல் வந்துருச்சு.

அவகிட்ட சொன்னேன். அவளுக்கும் அதே மாதிரி உணர்வு இருக்குன்னு சொன்னா. என்னோட காதலை ஏத்துக்கிட்டா. அதிலிருந்து ஒன்னா வாழ்றோம்" என்று சொன்னவள், பக்கத்திலிருந்த இசபெல்லாவைப் பிடித்து உதட்டில் ஒரு முத்தமிட்டதும், கென்னத்தாக மாறிய கேதரினின் கன்னங்களை இசபெல்லா இருகைகளாலும் ஏந்தித் தன் முழு உதடுகளையும் அவளின் உதடுகளில் பொருத்தி அழுத்தி முத்தமிட்டாள்.

"ஒய்? எனி ப்ராப்ளம்?" என்று கேதரின் என்னிடம் கேட்ட போது, "நோ... நோ ப்ராப்ளம்." என்று இளித்துச் சமாளித்தேன்.

"உனக்கு ஒரு விசயம் தெரியுமா?"

"என்ன விசயம்?" கேட்டுவிட்டு கோணலான என் முகத்தை நேராக்கி அவளைக் கவனித்தேன்.

"என் பெயர் கேதரின் இல்லை. கென்னத். நீ காலையில் முழித்ததை வைத்தே புரிந்து கொண்டேன். போகப் போகத் தெரிந்துகொள்வாய் என்றுதான் விட்டுவிட்டேன்."

"இல்லையே. நீ எனக்கு அனுப்பிய மெயிலில் கேதரின் என்றுதான் இருந்தது."

"இனிமேல் அது என்னுடைய மின்னஞ்சல் முகவரியில் மட்டுமே இருக்கும்."

அவள் பேசி முடிக்கும் முன்னே இசபெல்லா எழுந்து நின்று ஒயிலாக ஒரு கையை மேலிருந்து நீட்டி கென்னத்துக்கு நடனமாட அழைப்பு விடுத்தாள். காதல் ததும்ப இசபெல்லா நீட்டிய கையைப் பிடித்துக் கொண்டு இருவரும் மெல்லிய இசைக்கு வானில் பறக்கும் பறவைகள் சிறகை விரித்து அசையாமல் பறப்பது மாதிரி இணைந்திருந்த இருவரின் உடல்கள் அசையாமல் கால்கள் மட்டும் இடம்விட்டு இன்னொரு இடத்திற்கு நகர்ந்தன. நான் அவர்களின் ஜோடிப்பொருத்தத்தை நடனத்தில் கண்டு ரசித்துக் கொண்டேயிருந்தேன். மேடையில் இசைக்கருவிகளை வாசித்துக் கொண்டிருந்த கலைஞர்கள் அனைவரும் இசையின் லயத்தில் மூழ்கியிருந்தனர். இசைக்குழுவின் தலைவனைப் போலிருந்தவனின் தலையலங்காரம் சாலைகளில் அலங்காரத்திற்காக வைக்கப்பட்ட பாண்டா செடியைப் போல வட்டமாக நேர்த்தியாகக் கத்தரிக்கப்பட்டு இருந்தது. இந்தத் தலையலங்காரத்தை நான் இதற்கு முன்பு எங்கோ பார்த்திருப்பது மாதிரி நினைவில் வந்தது.

சட்டென ஞாபகத்திற்கு வரவில்லை. எழுந்து போய் பக்கத்தில் நின்று யாரென்று பார்க்கலாமென்று எழுந்தேன். தூக்கத்திலிருந்து விழித்துக் கொண்டேன்.

விழித்ததும் சுற்றிலும் அமைதியாக எல்லோரும் உறங்கிக் கொண்டிருந்தனர். ஒரு சிலர் மட்டும் திரையில் திரைப்படங்களைப் பார்த்துக் கொண்டிருந்தனர். 'எந்தச் சம்பந்தமுமில்லாமல் கேதரின் நினைப்பு எதற்கு வந்தது?' என்னை நானே கேட்டுக் கொண்டேன். கேதரின் நினைவுகள் மனதில் வெறுமையைப் பெருக்கிவிட்டுப் போயிருந்தது. கனவில் வந்த கேதரினை ஒருமுறை நினைவில் ஓட்டிப் பார்த்தேன். வழக்கமான பாய்கட். கோட் சூட் மட்டும் கொஞ்சம் வித்தியாசமாக இருந்தது. ஒருவேளை கேதரின் திருநம்பியாக மாறிவிட்டாளோ என்று தோன்றியது. ஒருவாரமாக என்னோடுதான் இருந்தாள். அவள் அப்படி மாறியிருக்கச் சாத்தியமில்லை என்று உறுதியாகத் தெரிந்தது. "அப்படி அவள் 'அவனாக' மாறிவிட்டால்தான் என்ன! அது அவளுடைய வாழ்க்கை. அவளுடைய முடிவு. அது குறித்து நான் ஏன் இப்படி விசனப்பட்டுக்கொள்ள வேண்டும்." என்று தோன்றியது. எதிரில் நின்றவாறு என்னைப் பார்த்துப் புன்னகைத்த சக பயணியைப் பார்த்துப் பதிலுக்குப் புன்னகைத்தேன். அவர் தன்னுடைய பைகளை எடுத்துத் தன் மடியில் வைத்துக் கொண்டு உட்கார்ந்தார். இன்னும் சிறிது நேரத்தில் தரை சேர்ந்துவிடுவதற்கான அறிகுறிகள் விமானத்தில் தெரிந்தன.

★

15

என்னுடைய சாமான்களை எடுத்துவைத்துக் கொண்டேன். ஒவ்வொன்றும் சரியாக இருக்கிறதா என்று பரிசோதித்துக் கொண்டேன். விமானம் தரையிறங்கும் வரை பொழுதைப் போக்குவதற்காக டிக்கெட்டையும் விசாவையும் பலமுறை திருப்பித் திருப்பிப் பார்த்துச் சலித்துப்போய் அதில் அச்சாகியிருந்த ஒவ்வொரு விவரத்தையும் படித்துக் கொண்டிருந்தேன். கண்கள் உறுத்த ஆரம்பித்தன. ஒருவாரத்திற்குப் படிக்கக் கூடாதென்று மருத்துவர் சொன்ன அறிவுரை நினைவுக்கு வந்ததும் என்னை நானே நொந்து கொண்டு படிப்பதை நிறுத்தினேன்.

அப்பாவும் செல்வா அண்ணனும் ஆக்கிரமித்திருந்த நினைவுகளோடு மனக்கண்கள் மூடிக்கொள்ள உறங்கிப்போனேன். அது ஆழ்ந்த உறக்கமாயிருந்தது. உறக்கம் முடித்து விழிப்பு வந்தது. எல்லோரும் அவரவர் பொருட்களை எடுத்து வைத்துக் கொண்டிருந்தது தூக்கக் கலக்கத்தில் மங்கலாகத் தெரிந்தது. பழைய நினைவுகளை மறக்கடிக்கும் உறக்கம். இடையில் அலுப்பு தீருமளவு ஆழ்ந்த தூக்கம். தூங்கியது ஒரு மணி நேரம்தான் என்றாலும் ஒட்டுமொத்த களைப்பையும் போக்கக்கூடியதாய் இருந்தது. அதன் கசடுகளையும் சுவடுகளையும் தடயங்களையும் விட்டுவிடாமல் துடைத்துக் கொண்டு போய்விட்டது. ஆழமான குட்டித்தூக்கம் கூடப் பல நாள்கள் ஓய்வில்லாமல் உழைக்கத் தேவையான புத்துணர்வைத் தந்துவிடுகிறது. பெரும் உற்சாகத்தைத் தந்த தூக்கத்தை எண்ணி மகிழும் வேளையில் விமானம் தரையிறங்கியது. விமானநிலையத்தில் இறங்கியதும் எல்லாப் பரிசோதனைகளும் முடிந்து வீட்டுக்குத் திரும்பினேன். என் மனைவிதான் வீட்டைத் திறந்தாள்.

“அந்த சூட்கேஸ், பைகளை அங்க ஹால்லயே வச்சுட்டு வா. காலையில எடுத்து வச்சுக்கலாம்.” என்றாள். தூக்கக் கலக்கத்தில் இருந்தாள்.

“ஆஹ்... வச்சுறேன். காலையில மதுரைக்குப் போகணும்” என்றேன்.

“என்ன திடீர்னு? யாருக்காவது... ஏதாவது?” என்று மென்று விழுங்கினாள். ஏதேனும் விபரீதமாக அல்லது துக்கச் செய்தியாக இருக்குமோ என்ற சந்தேகத்தோடு கேட்டாள்.

“அப்படியெல்லாம் ஒன்னும் இல்லை” என்றேன்.

“அப்புறம் எதுக்குத் திடுதிப்புனு ஊருக்குப் போகணுமுங்கிற?” என்று கேட்டாள்.

“சும்மாத்தான். ஊர் ஞாபகம் வந்துச்சு. அதான்.”

“என்னது? ஊர் ஞாபகம் வந்துச்சா?” அப்படியொரு பதிலை அவள் எதிர்பார்க்கவேயில்லை. அவளுக்கு ஆச்சரியமாகவும் வினோதமாகவும் தோன்றியது. அவளின் குழப்பத்தைப் புரிந்து கொண்ட நான், “கண்ணுல கொஞ்சம் பிரச்சினை இருக்கு. இங்கெயெல்லாம் பாத்தா சரியாகாது. அதனால மதுரையில அரவிந்த் கண் ஆஸ்பத்திரிக்குப் போய்ப் பாத்துட்டு வரலாம்னு இருக்கேன்.” என்றேன்.

“கண்ணுக்கு என்ன ஆச்சு? எங்கிட்ட சொல்லவேயில்லை” என்று கேட்டாள்.

“ஊர்ல இல்லாதப்ப சொன்னா வருத்தப்பட்டுப் பொலம்பிட்டுக் கெடப்பன்னுதான் சொல்லலை.” என்று சமாளித்தேன்.

அருகில் நெருங்கி என் கண்களைத் தன் விரல்களால் திறந்து ஒரு மருத்துவர் போல உற்றுப் பார்த்தாள். “ஆமா. செவந்து கெடக்கு.” என்று தாழ்ந்த குரலில் உச் கொட்டியவள் மீண்டும் குரலை உயர்த்தி, “அதுக்காக ஆபிஸுக்கு லீவு சொல்லாம இப்ப திடீர்னு எப்படிக் கிளம்பிப் போவ?” என்று கேட்டாள்.

“ஆஃபிஸ் கொலீக்ஸ் எங்கூடதான ஃப்ளைட்ல வந்தாங்க. அவங்ககிட்ட சொல்லி அனுப்பிட்டேன்.” தோட்டாக்கள் நிரப்பப்பட்ட துப்பாக்கியை அழுத்துவது போல என்னிடம் எல்லாக் கேள்விக்கும் பதில் தயாராகி வந்து கொண்டேயிருந்தது.

“சரி இப்ப போய் படுத்துத் தூங்கு. துணிகள காலையில எடுத்து வச்சுக்கலாம்”

இருவரும் படுக்கையில் குழந்தைகளுக்கு அருகில் படுத்துக் கொண்டோம். எனக்குத் தூக்கமே வரவில்லை. தூக்கம் வர அதிக

நேரம் பிடித்தது. மொபைலில் அலாரம் அடித்தது. எழுந்ததும் கண்கள் எரிந்தன. குழந்தைகள் பள்ளிக்குக் கிளம்பிக் கொண்டிருந்தனர். அவர்களோடு சிறிதுநேரம் விளையாடினேன். வாஷிங்டனிலிருந்து வாங்கிவந்த விளையாட்டுப் பொருட்களையும் புத்தகங்களையும் கொடுத்துவிட்டுக் கிளம்பத் துவங்கினேன்.

"மறுபடியும் ஊருக்கா?" என்று கேட்டு அழுவதைப் போல முகத்தை வைத்துக் கொண்டனர்.

"அப்பா மதுரைக்குப் போறேன். வர்றப்ப மதுரையில இருந்து லாலா கடை அல்வா வாங்கிட்டு வர்றேன்." என்று ஒருவாறு சமாளித்தேன்.

குழந்தைகள் பள்ளிக்குக் கிளம்பிய அரைமணி நேரத்தில் விமான நிலையத்திற்குக் கிளம்பினேன். விமான நிலையம் அடைந்து எல்லாச் சம்பிரதாயங்களையும் வரிசையாக முடித்துக் கொண்டு நுழைவாயிலின் முன்பு வந்தமர்ந்தேன். கண்களில் எரிச்சல் கூடியிருந்தது. கண்களை மூடினால் உறுத்த ஆரம்பித்தது. விமானம் புறப்படுவதற்காகத் தயாரானதும் எங்களைப் பரிசோதித்துப் பேருந்தில் அழைத்துச் சென்றனர்.

பெட்டிகளைக் கொடுத்துவிட்டு டிக்கெட் வாங்க, மொபைல் போன், மடிக்கணினி மற்றும் பையை ஸ்கேனருக்கு அனுப்ப, பரிசோதனை செய்துகொள்ள, நுழைவாயிலில் என நான்கு வரிசைகளைக் கடந்து இப்போது ஐந்தாவது வரிசையில் விமானத்தின் முன் நின்றுகொண்டிருந்தேன். முன்பெல்லாம் ரயிலில் மதுரைக்குச் செல்வதற்கு முன்பதிவு செய்யப்படாத டிக்கெட் வாங்க ஒரு வரிசை மாத்திரமே. பிறகு நடைமேடையில் வரும்போதே நகரும் ரயிலில் ஏறி இருக்கைகளைப் பிடிப்பது அவரவர் சாமர்த்தியம். போர்ட்டர்களுக்கு மத்தியில் இடம் பிடிப்பது பெரிய சாகசமாக இருந்தது. சில வருடங்களுக்கு முன்பு முன்பதிவு செய்யப்படாத பெட்டிகளில் ஏறுவதற்கு நடைமேடையிலேயே வரிசையில் நிற்க வைத்து ஏற்றிவிட்டனர். அதனால் முன்பே போய் வரிசையில் நின்று விட்டால் இருக்கைகள் கிடைப்பது உறுதியானது. ரயில்வே போலீஸ் எடுத்த முயற்சி பலரின் பாராட்டைப் பெற்றது. அப்போது அந்த வரிசைத் திட்டத்தை நானும் நண்பர்களிடத்தில் வெகுவாகப் புகழ்ந்து பாராட்டினேன். ஆனால், இப்போது விமானத்தைப் பிடிப்பதற்கு ஒவ்வொரு இடத்திலும் வரிசையில் நின்று செல்ல வெறுப்பாக இருந்தது.

விமானத்தினுள் சென்று உட்கார்ந்ததும்தான் கொஞ்சம் நிம்மதி வந்தது. கண்களில் எரிச்சல் குறைந்திருந்தது. கண்களை மூடினால் உறுத்தல் எதுவுமில்லை. நீண்ட பிரயாணம் செய்த களைப்பில் அடுத்த பிரயாணம். கண்களை மூடினேன். உறக்கத்தில் ஆழ்ந்து போனேன். எதுவுமற்ற ஒரு காலி அறைக்குள் புகை நுழைந்து மெல்ல நிரம்புவது போல அப்பா எனக்குள் நுழைந்து நிரம்புவது என் உடல் சூட்டில் புலப்பட்டது.

அதிகாலை இரண்டு மணிக்கு என்னுடைய கைப்பேசி ஒலித்துக் கொண்டேயிருந்தது. நடுஇரவு தொலைபேசி அழைப்புகள் அதிபயங்கரமானவை. மனது ரசிக்கும் கைப்பேசியின் மெல்லிசை அணைப்புக்குப்பின் அதன் அலைக்காற்றில் மிதந்து வரும் சேதிகள் துக்ககரமானவை. நடுஇரவு அழைப்புகள் பெரும்பாலும் சாவுமணிகளாகவே அமைந்துவிடுகின்றன. கனத்த மௌனத்தைக் கலைத்துப் போட்டுத் துக்கத்தின் ஊற்றைத் திறந்து விடுபவை. எச்சரிக்கையின்றித் திறக்கப்படும் அணையின் மதகுகளிலிருந்து சீறிக் கொண்டு வரும் வெள்ளநீரில் சிக்கிக்கொள்வதைத் தவிரத் தப்பிக்க வழியேதும் இருப்பதில்லை. ஒளியற்ற இரவில் இருளென்னும் ஆழத்திற்குள் இழுத்துச் சென்று நம்மைப் புதைத்துவிடுபவை. மீண்டு எழ முடியாத புதைமணல். மீட்டெடுக்க இயலாத நொறுங்கிய மண்பானையாய்க் காலத்தின் ஏதோவொரு கண்ணியில் உடைந்து விழும் வாழ்வின் கணங்களைச் சொல்ல வரும் தொலைபேசி அழைப்பு ஒருநாள் நடுஇரவில் ஓயாமல் ஒலித்தபடி என்னைத் தூக்கத்திலிருந்து எழுப்பியது. என் அப்பா தன் உலகவாழ்க்கையை முடித்துக் கொண்டார். அவரின் உயிர் தன்னை இந்த உலகத்திலிருந்து விடுவித்துக் கொண்ட சேதி உடைந்து அழும் அம்மாவின் குரல் வழியாக என்னை வந்தடைந்தது. எந்தவிதமான முன்னறிவுப்புமின்றிச் சாவுக்கான சின்ன முகாந்திரமும் இல்லாமல் சட்டென வந்து சேர்ந்தது. அந்தச் செய்தி இருளின் கருமையை மேலும் அடர்த்தியாக்கியது. எனக்குள் சட்டென வெடித்து மெல்ல வழிந்த இழப்பின் சோகம் சில நொடிகளில் பொங்கிக் கொதிக்கத் துவங்கியது. மனைவி குழந்தைகளின் ஆற்றுப்படுத்தலை மீறி இமைக்கரைகளை நிறைத்து வழிந்த கண்ணீரில் உலர்ந்த வெளிறிய கண்களோடு உடனடியாக ஊருக்குக் கிளம்பிப் போனேன்.

நான் கல்லூரிப் படிப்பிற்காக மெட்ராஸ் வந்த பிறகு ஊருக்குப் போகும்போதெல்லாம் பாஸ்கரனைப் பார்ப்பேன். பாஸ்கரன் மதுரையிலேயே வக்ஃப்போர்டு கல்லூரியில் பட்டப்படிப்பு

படித்துக் கொண்டிருந்தான். தெருவுக்கு வந்து சேர்ந்ததிலிருந்து என் அப்பாவின் அடக்கம் வரை பாஸ்கரன் என்னுடன் துணையாக இருந்தான். சாவு வீட்டின் பரபரப்பில் செல்வா அண்ணனையும் பார்த்தேன். யாரையும் பார்த்துப் புன்னகைத்து நலம் விசாரிக்கும் நிலையில் அப்போது நான் இல்லை. கண்ணீரில் நனைந்து வீங்கிய கண்களுடன் எல்லோரையும் போல அவரை எதிர்கொண்ட போதும் ஒதுங்கிப் போய்விட்டேன். செல்வா அண்ணன் நன்றாக இளைத்திருந்தார். மெலிந்த உடம்பில் கழுத்துக்குக் கீழே துருத்திக் கொண்டு இரண்டு கோலிக்குண்டுகளைப் போல இருந்த எலும்புகள் மேல்பொத்தானைத் திறந்து விட்டிருந்த சட்டைக்குள்ளிருந்து உறுத்திக் கொண்டு தெரிந்தன. தண்ணியடிப்பதோடு இப்போது பான்பராக்கும் நிறைய போட்டுக்கொள்கிறார் என்று ஏற்கெனவே நண்பர்களில் சிலர் சொல்லியிருந்தனர்.

முன்பு போல அவர் ஆற்றுக்குள் கருவேலமரத்தடியில் முடிவெட்டுவதில்லை என்றும் கேள்விப்பட்டேன். ஆற்றோரக் குடிசைகள் அகற்றப்பட்டுக் கரைகள் கட்டப்பட்டுச் சாலையாக மாறிவிட்டன. ஆற்றுக்குள்ளிருந்த ஓடுகால்கள் அகற்றப்பட்ட பின்பு பெரிதாக எந்த வாடிக்கையாளரும் வருவதில்லை. ஓடுகால் நீக்கப்பட்ட ஆற்று வெளிக்குள் அவர் மட்டும் கருவேலமரத்தடிக்குத் துணையாக எத்தனை நாள்களைத்தான் கழிப்பது! ஆறுமாதமாக ஞாயிற்றுக்கிழமைகளில் கூட மூவரோ நால்வரோ மட்டும்தான் வருகிறார்கள். அவர்களிடமிருந்து வரும் வருமானம் குடும்பத்தை நடத்தப் போதுமானதாக இல்லையென்பதால் சித்தப்பாவின் மகன் நடத்தும் ரோட்டுக்கடைக்குச் சம்பளத்துக்கு வேலை பார்க்கப் போய்விட்டார். தெருவில் யாராவது இறந்தால் மட்டும் சாவுமொட்டை எடுக்கச் சுடுகாட்டுக்கு வந்து செல்கிறார். அது மட்டும் அவரின் சொந்த வருமானம்.

சுடுகாட்டில் அடக்கத்திற்கான காரியங்கள் துரிதமாக நடந்தன. என்னையும் என் தம்பியையும் மொட்டையெடுக்கச் சொல்லி அழைத்தார்கள். தரையில் சம்மணமிட்டு நான்தான் முதலில் உட்கார்ந்தேன். என் முன்னால் செல்வா அண்ணன் உட்கார்ந்திருந்தார். டப்பாவில் இருந்த தண்ணீரில் கைகளையும் கத்தியையும் கழுவினார். என் முகத்திற்கு முன்திசையிலிருந்து மாத்திரம் மதுவின் நெடி வந்து கொண்டேயிருந்தது. பால்யத்தில் என் பின்கழுத்து வழியாக வரும் மதுவின் வாசனை சவமாய்க் கிடந்த அப்பாவின் உடலிலிருந்து எழுந்து வந்து நாசியை

நிறைத்தது. குழிவிழுந்த கண்களுடன் சிவப்புக்கறை படிந்த பற்களுடன் என்னைப் பார்த்து செல்வா அண்ணன் சுடுகாட்டில் யாரும் அறியாத நேரத்தில் சில கணங்களே உயிர் வாழக்கூடிய குறு புன்னகையை வீசினார். அங்கிருந்த சின்ன டப்பாவில் இருந்து ஒரு கைநிறைய நீரை அள்ளித் தலையில் தெளித்து சவரக்கத்தியை எடுத்து மழிக்க ஆரம்பித்தார். காலம் சேர்த்து வைத்த நினைவுகள் மயிர்களோடு சேர்ந்து ஒவ்வொன்றாய்க் கழிந்து விழுந்தன. புரோட்டா பொட்டலத்தைப் பிரித்துக் கொடுத்தபோது என் முன்னே அடித்த அதே மதுவின் வாசனை இப்போதும் என்னை வந்து மோதியது. அவரின் களங்கமற்ற மகிழ்ச்சியும் குதூகலமும் அந்தப் புன்னகையிலும் வாசனையிலும் நிரம்பி இருந்ததை என்னால் உணர முடிந்தது. அப்பாவின் இழப்பை ஈடுகட்டுகிற மாதிரி இருந்தது அந்தப் புன்னைகையும் மதுவின் வாசனையும்.

மதுரை விமான நிலையத்தில் எப்போது இறங்கினாலும் வரும் அதே நினைவுகள்தான் ஞாபகத்திற்கு வந்தன. ஒன்பதாம் வகுப்பு படிக்கும்போது நண்பன் ஒருவனின் அப்பா விமானநிலையத்தில் பணிசெய்து கொண்டிருந்த போது அழைத்து வந்து விமான நிலையத்தையும் விமானத்தையும் காட்டினார். விமானம் தரையிறங்கியதும் மூடியிருக்கும் உயர்ந்த இரும்புக் கதவின் இடுக்குகளிலிருந்து தெரியும் விமானத்தைப் பார்ப்பேன். ஒரு கண்ணை மூடிக் கொண்டு ஒற்றைக் கண்ணால் பார்த்து மகிழ்வேன். ஞாபகம் வந்ததும் இரும்புக் கதவைத் தேடினேன். இரும்புக் கதவு இருந்ததற்கான அறிகுறி எதுவும் தட்டுப்படவில்லை. வெளியில் நின்றிருந்த காரில் ஏறி வீட்டை நோக்கிப் புறப்பட்டேன். காரின் கண்ணாடிகளை இறக்கிவிட்டு வேடிக்கை பார்த்துக் கொண்டே வந்தேன். மதுரையின் சாலைகள் ஒவ்வொன்றாகக் கடந்து மறைய மறைய நினைவின் அடுக்குகள் திறந்து கொண்டன. ஒரு பூவைப் போல இதழ்களை ஒவ்வொன்றாக விரித்து நினைவுகள் மலர்ந்து கொண்டேயிருந்தன.

காரில் அமர்ந்தபடி மொபைலிலிருந்து பாஸ்கரனுடைய எண்ணை அழுத்தி அழைத்தேன்.

“என்னடா ஆனந்து, நல்லா இருக்கியா? வீட்ல எல்லாரும் சொகமா இருக்காங்களா?” என்று விசாரித்தான். பாஸ்கரன் குரலைக் கேட்டதும் மனது பரவசமானது.

“ஆஹ். எல்லாரும் நல்லா இருக்கம்டா. நீ எப்படி இருக்க?

வீட்ல எல்லாரும் எப்படி இருக்காங்க?" என்று சம்பிரதாயமாகக் கேட்டேன்.

"நீ மதுரையிலதான இருக்க?"

"ஆமாண்டா. நீ எங்க இருக்குற?"

"நான் இன்னும் கொஞ்சம் நேரத்துல ஏரியாவுக்கு வந்துருவேன். பாக்கலாம்"

"அப்படியா... சந்தோசம்டா. என்ன திடீர்னு? வீட்ல எல்லாரும் நல்லாதான இருக்காங்க?" என்று மெல்லப் பதட்டம் தொனித்த குரலில் கேட்டான்.

"அதெல்லாம் ஒன்னுமில்லைடா. எல்லாரும் நல்லா இருக்கங்க." " என்று அவன் கவலையைத் தணித்தேன். "நான் இப்ப கொஞ்ச நேரத்துல வீட்டுக்கு வந்துருவேன். கடைக்கு வர்றேன். முடி வெட்டணும். நேர்ல பேசிக்கலாம்" என்றேன்.

"நான் வீட்டுல இருக்கன்டா. வீட்டுக்கு வாடா. அப்புறமா கடைக்குப் போகலாம்."

"இல்லைடா. நேரா கடைக்கு வந்து முடிவெட்டிட்டுத்தான் வீட்டுக்குப் போகணும்."

"சரி. இப்பவே சித்தப்பா கடைக்கு வந்துர்றேன். நேரா கடைக்கு வந்துரு. அங்க பாத்துப் பேசிக்கலாம்" என்றான்.

பாஸ்கரனோடு பேசிவிட்டுக் கைப்பேசியைச் சட்டைப் பாக்கெட்டுக்குள் போட்டேன். எங்கும் நிற்காமல் பாஸ்கரன் சித்தப்பா கடைக்குப் போனேன்.

"என்னய்யா, நல்லா இருக்கியா? வீட்ல எல்லாரும் சௌக்கியமா? எப்ப வந்த? அப்பா தவறுனதுக்கப்புறம் ஊருக்கு அடிக்கடி வர்றதில்லை போல" என்று யாருக்கோ முடிவெட்டிக் கொண்டிருந்த பாஸ்கரனின் சித்தப்பா அடுக்கடுக்காக நெகிழ்ந்த குரலில் விசாரித்தார். கண்களுக்குக் கீழே தோல் சுருக்கமும், மடிப்பு விழுந்த தாடையும் வயதான தோற்றத்தைத் தந்தன. காலத்தின் பாய்ச்சலை அவரின் முகத்திலும் நரைத்திருந்த தலைமுடியிலும் பார்த்துக் கொண்டிருந்தேன்.

"அண்ணே, முடி வெட்டணும். செல்வா அண்ணன் இல்லியா?"

"அவருக்கு ஒடம்புக்குச் சொகமில்லைய்யா. இன்னைக்குக்

கடைக்கு வரலை. நீ இந்தச் சேர்ல ஒக்காரு." என்று அவர் கைகாட்டிய சுழல் நாற்காலியில் உட்கார்ந்து கொண்டு கண்ணாடியில் கைகளால் முடியைக் கோத ஆரம்பித்தேன். பாஸ்கரன் கடைக்குள் நுழைந்தான். அவரும் தன்னுடைய வேலையை முடித்தார்.

"எனக்காகப் பக்கத்து கோயில்ல முடி காணிக்கை கொடுக்கக் காத்துக்கிட்டு இருக்காங்க. கொஞ்சம் பொறுய்யா தம்பி. நானே திரும்பி வந்து வெட்டிவிடுறேன்" என்றார். பாஸ்கரனிடம் திரும்பி, "கொஞ்ச நேரம் கடையைப் பார்த்துக்க. இங்கனக்குள்ள போனதும் வந்துர்றேன்" என்று சொல்லிவிட்டுப் போனார்.

அவர் சொல்லிச் சென்றதும் பாஸ்கரனைப் பார்த்து, "அப்பாவுக்கு என்ன ஆச்சு?" என்று கேட்டேன்.

"கொஞ்சம் ஒடம்புக்கு முடியலைடா. ஒன்னும் பிரச்சினையெல்லாம் இல்லை. வயசாகுதுல்ல." என்றான்.

இருவருக்கும் குறுக்கே அவசரம் அவசரமாக ஒருவர் வந்தார், "என்னப்பா, கடையில் யாரும் இல்லையா?" என்று கேட்டார்.

"என்ன விசயம் சொல்லுங்க?" என்று கேட்டான்.

"அவசரமா ஒரு விசேஷத்துக்குப் போகணும். லைட்டா கிருதாவையும் மீசையையும் அட்ஜஸ்ட் பண்ணிட்டுப் போலாம்னு வந்தேன். உங்க சித்தப்பா அப்பா யாருமில்லையா?" என்று தடதடவென்று பேசினார். உள்ளே நுழைந்ததும் வெளியேறிவிட வேண்டுமென்ற வேகம் பேச்சிலும் உடல் அதிர்விலும் தெறித்தது.

யாருமில்லாத கடையில் பாஸ்கரன் கொஞ்ச நேரம் யோசித்தான். ஒரு கையில் கத்திரியையும் இன்னொரு கையில் சீப்பையும் எடுத்தான். நின்றிருந்தவரை இருக்கையில் அமரச் சொன்னான். சீப்பை வைத்து இடம் வலம் என இருபக்கமும் கிருதாவைக் கண்களால் அளந்து கொண்டிருந்தான்.

"நீ எப்ப இருந்துடா முடிவெட்ட ஆரம்பிச்ச?" என்று ஆச்சரியம் நிறைந்த தொனியில் கேட்டேன். சீப்புக்குள் கிருதா முடியை வாரியெடுத்தான். கத்திரியைப் பக்கத்தில் கொண்டு போனான். உதடுகள் மூடி இறுக்கமாகிக் கூம்பின. வேலையில் தன் கவனத்தைக் குவித்தான். பதில் எதுவும் சொல்லவில்லை.

கண்ணாடி மேசை முன் வைத்திருந்த கைப்பேசி ஒலித்தது. எடுத்துப் பார்த்தேன். பெயர் எதுவும் வரவில்லை. டெல்லியிலிருந்து லேண்ட்லைன் நம்பர். யார் அழைக்கிறார்கள் எனத் தெரியவில்லை.

“சார், இஸ் இட் மிஸ்டர் ஆனந்த்?” என்று ஒரு பெண்ணின் நளினமான குரல் கேட்டது.

“யெஸ். ஸ்பீக்கிங்” என்றேன்.

“சார், நீங்க ஒருவாரத்துக்கு முன்னாடி முடிவெட்டுறதுக்காக முன்பதிவு செஞ்சிருந்தீங்க. அதுக்குப் பிறகு உங்களுக்கு அழைச்சுப் பார்த்தோம். தொடர்பு கொள்ள முடியலை. இன்னைக்கு மதியம் மூன்று மணிக்கு அப்பாயிண்ட்மென்ட் ப்ளாக் பண்ணியிருக்கோம். வந்துடுறீங்களா?” என்று கேட்டாள். எனக்குச் சிரிப்பாக இருந்தது.

“இல்லை. நான் ஊருக்கு வந்துட்டேன். உங்களோட அப்பாயிண்ட்மென்ட்ட ரத்து பண்ணிடுங்க” என்று சொல்லி வைத்துவிட்டேன்.

பேசிக் கொண்டேயிருந்த தொலைக்காட்சிப் பெட்டி, விதவிதமான நிறங்களில் முகப்பூச்சு டப்பாக்கள், ஹேர் ட்ரையர் நிறைந்த நான்கு சுவருக்குள் நின்றிருந்த பாஸ்கரன் செல்வா அண்ணனைப் போலத்தான் இருந்தான். கைப்பேசியை வைத்துவிட்டுக் கண்ணாடியில் முகம் தெரியுமாறு நிமிர்ந்து உட்கார்ந்தேன். கடைக்கு வெளியில் தூரத்தில் செல்வா அண்ணன் நடந்து வருவது கண்ணாடியில் தெரிந்தது. கடையை நோக்கித்தான் வந்தார். வந்ததும் வராததுமாய் பாஸ்கரன் நின்றிருந்த கோலத்தைக் கோபமாகப் பார்த்தார். பாஸ்கரனின் கைகளிலிருந்த கத்திரியையும் சீப்பையும் வெடுக்கென்று பிடுங்கினார்.

“நீ எப்ப கடைக்கு வந்த? உனக்கு ஏன் இந்த வேண்டாத வேலை” என்று சிடுசிடுவெனப் பேசினார். “போடா... போயி பொழைப்பு தழைப்பைப் பாருடா...” பாஸ்கரனை அங்கு நிற்கவிடாமல் விரட்டினார்.

கடுகடுத்த முகத்தோடு செல்வா அண்ணன். கண்களில் ஆத்திரம் கொப்பளித்தது. உதடுகள் இன்னும் எதையோ முணுமுணுத்தபடி இருந்தன. பாஸ்கரன் சங்கடத்தால் நெளிந்தான். செல்வா அண்ணன் நானிருக்கும் சமயம் பாஸ்கரனைத் திட்டியிருக்க வேண்டாம்தான். வழக்கமாக எரிந்து விழுகிற ஆளில்லை. தோளிலிருந்த துண்டை எடுத்து ஆணியில் தொங்கப் போட்டார். குடத்திலிருந்த தம்ளரில் நீரை அள்ளிக் கொப்பளித்து வெளியில் சென்று புளிச்சென்று துப்பினார். இன்னொரு தம்ளர் நீரை அள்ளிக் குடித்தார். பிடுங்கிய கத்திரி சீப்போடு என்னருகே திரும்பினார்.

“என்னய்யா, சொகம்தானா? எப்ப வந்த? வீட்டம்மா, பிள்ளைங்க எல்லாரும் வந்துருக்காங்களா?” என்று கேட்டார். வழக்கமான செல்வா அண்ணன்தான் கேட்டார்

“இல்லைங்கண்ணே. நான் மட்டும்தான் வந்தேன்.”

“வீட்ல ஏதாவது விசேஷமா? அம்மாவை நேத்துக்கூட பாத்தேன். எதுவும் சொல்லலியே”

‘ஒங்ககிட்ட முடிவெட்டத்தான் டெல்லியிலிருந்து வந்தேன்’ எனச் சொல்லலாமென்று நினைத்தேன். “விசேஷம்லாம் ஒன்னுமில்லைண்ணே. சும்மா ஊருக்கு வரணும்னு தோணுச்சு. அதான் வந்தேன்.” என்று சொல்லி முடிவெட்டுவதற்கு ஏதுவாய் தலையைக் குனிந்தேன்.

பாட்டிலின் மேலிருந்த வளையத்திற்குள் செல்வா அண்ணன் ஆட்காட்டி விரலை வைத்து அழுத்தியதும் புகை எழும்பி தலை முழுக்க ஈரமானது. சொரசொரப்பான விரல்நுனிகளும் கெட்டியான நகங்களும் கபாலத்தை அழுத்தித் தேய்க்கத் தொடங்கின. பீய்ச்சியடித்த தண்ணீரில் கபாலம் குளுகுளுவென்றானது. தலைமுடியை வாரிச் சீப்பில் வகிடெடுத்துவிட்டு பெருவிரலும் நடுவிரலும் உள்ளே சொருகிப் பிடித்திருந்த கத்திரியால் முடியை வெட்ட ஆரம்பித்தார். பின் கழுத்திலிருந்து ‘புஸ் புஸ்’ஸென்று மூச்சுக்காற்றும் சிரமப்பட்டு மூச்சை சுவாசிக்கும் சத்தமும் வந்தது. வழக்கமான சாராய வாடையும் பான்பராக் வீச்சமும் அவ்வளவாக இல்லை.

ஆற்றுவெளியின் காற்று, கருவேலமர நிழல், அழுக்கு பிளாஸ்டிக் டப்பா, ஓடுகால் தண்ணீர் என்று பழைய சூழல் எதுவுமில்லை. மூலைகளில் பாதரசப் பூச்சு தேய்ந்திருந்த அகலமான கண்ணாடி. செல்வா அண்ணன் வேலையில் மும்முரமானார். கையில் கத்தரியும் சீப்பும் தலைச்சுமையைக் கொஞ்சம் கொஞ்சமாக வெட்டித் தள்ளியது.

... முற்றும் ...